ሀገር ይዞ ጉዞ

ከልጅነት እስከ ዕውቀት ትዝታዎቼና ተምክሮዎቼ

መስፍን ገናናው (ዶ/ር)

ሀገR ይዞ ጉዞ

The book's title is roughly translated to English as "My life Journey With My Country At Heart and Mind."

Feedback or inquiries can be sent to:

mgenanaw@yahoo.com

መታሰቢያነቱ

ይህን መፅሐፍ ሳያነቡ ላለፉት ወላጆቼ ለአባቴ አቶ ገናናው ታደሰና ለእናቴ ለወ/ሮ ተዋበች ወርቁ ይሁንልኝ።

ምስጋና

ጽሑፌን አንብበው አስተያየት ለቸሩኝና እርማት ላደረጉልኝ ወንድሞች እንዲሁም ለመላ ቤተሰቤ ምስጋናዬ ከፍተኛ ነው። ስማቸውን ያልዘረዘርኩት አንባቢን ላለማጨናነቅ ነው።

ማውጫ

መግቢያ

ወዳጆቼ የራሴን ታሪክ እንድጽፍ ደጋግመው ሲያሳስቡኝ ነበር። እኔ ለኔ ወይም ስለኔ ብዙም አስቤ አላውቅም። ልዩ ነገር ሥራሁ ብዬ ባለማሰቤም አእምሮዬ ይህን ጉትጎታ አልገዛውም ነበር። ጠቢቡ "ለሁሉም ጊዜ አለው" እንዳለው - ይኸው ዛሬ በአሜሪካ የሕይወት ተሞክሮዬ አፈይታ አግኝቼ ከኮምፒዩተሬ ጋር የተፋጠጥኩበት፤ "በባዶ ቤት" እራሴን ያገኘሁበት ሁኔታ ተፈጠረ። እንዲህ ተገባጥሞልኝ አያውቅም። ቤት አሚቄዎቼ ልጆቼ ቤቱን ለቀው ኮሌጅ ቤታቸው ከሆነ ሰነባበተ- ጮር እንዳይል አስበው ጨቅጭቀው ያስገዙኝን ውሾቻቸውን ትተውልኛል - ባለቤቴም ወደ እለት ሥራዋ አምርታለች! እግስተምርበት ኮሌጅ በሰጠው እረፍት ውስጥ ሆኜ እምብዛም ቦታ ካልሰጠሁበት ሀሳብ ውስጥ ገባሁ። አለወትሮዬ የታሸጉ፤ የተረሱ፤ የተደበቁ ፋይሎቼን ፎቶዎችን መጣጥፎችን ማገለባበጡን ተያይዣለሁ። በሚገርም ግጥምጥሞሽ በአንድ ወቅት በሪፖርተር ጋዜጣ ላይ ያያሁትና አሳዝኖኝም አስገርሞኝም ያስቀመጥኩት ኮፒ ከማገላበጠው ፋይሎቼ መሀከል ቁጭ ብሎ አየሁት። "የ50 ዓመቱ አዛውንት ቲቦ ውስጥ ሞተው ተገኙ" የሚል ርዕስ የያዘ ነበር። በጊዜው ያሳዘነኝ የሰውየው አሟሟት ቢሆንም፤ አስገርሞኝ ለብቻው ለይቼ በፋይሌ ያቆየሁት የሃምሳ ዓመቱን ጎልማሳ ባለእድሜ "አዛውንት" ብሎ ርእስ መስጠቱ ነበር።

በምድረ አሜሪካ እድሜያችን እየገሰገሰ ላለንና ጆሮዎቻችን አንቱታን ለረሳን ሰዎች "አዛውንት" የሚለው ቃል ማንቂያ ደወል ሆኖ የተሰማኝ ሁኔታ ነበር። ሃምሳ ዓመት

በአሜሪካ አማካይ ዕድሜ (middle age) የሚሉት ነው፡፡ በእንግሊዘኛውም አፍ እንደ "እርሶ" የሚለው ቃል የለም፡፡ በርካቶቻችንም ይህን ዕድሜ አመልካች ከቡር ቃል እንደስድብ እንጂ እንደ ክብር አናየውም፡፡ አአምሯችን ያጫቀውን ከወረቀት ላይ ሳናሰፍር የማይቀረውን የሞት ጉዞ እየቀጠልንበት ነው፡፡ ይህ ክስተት ለጋደኞቼ "ለምን አትፅፍም" ለሚለው ጥሪያቸው ኮርኳሪ ይሆናል ብዬ አልገመትኩም ነበር፡፡ የደብራችን አስተዳዳሪ መልዓክ ሰላም አባ ብርሃኑ በያሙቱ አንድ ሃይማኖታዊ መጽሐፍ እያሳተሙ ሽያጩ አዲስ ለምንሠራው ቤተክርስትያን ህንፃ ገቢ ሲያደርጉ ሳይ እኔስ ምን ብጽፍ ጥሩ ነው ብዬ ማሰቤ አልቀረም ነበር፡፡ ታናናሽ ወንድሞቼና እህቴም የራሳቸውን ቤተሰብ ታሪክ በቅጡ አያውቁትም፡፡ እነዚህ ነገሮች ተገጣጥመው ለግማሽ ዕድሜዬ የረሳሁትንና የሻገተውን የአማርኛ ብእሬን ላነሳ ከውሳኔ ላይ አስደረሰኝ፡፡

"ከየት ልጀምር? " ፈታኝ ጥያቄዬ ነበር፡፡ የተወለድኩባትን ትንሽ ከተማ በሰሜን ሸዋ ጥግ ላይ በሰላሌ አውራጃ የምትገኘውን ጎህፅዮንን አስቤ፤ አዲስ አበባን አቋርጬ አውሮፓን ተሻግሬ፤ አሜሪካንና አሁን ያለሁብትን የቴክሳስ ግዛት ሂውስተን ከተማ በሀሊና መዳሰስ ጀመርኩ፡፡ ከምድር እስከ ሰማይ አድማስ መዳረሻ ያህል ታሪኬ ሰፋብኝ፡፡ ምናለ የተቀን ተቀን ማስታወሻ የመያዝ ባህል ቢኖረኝ ኖር ብዬ አራሴን አጥብቄ ወቀስኩት፡፡ ለነገሩ ባንድ ወቅት ከኢትዮጵያ እንደወጣሁ ማስታወሻ ቢጤ መያዝ ጀምሬ ነበር፡፡ አልገፋሁበትም፡፡ ያለፍኩበትን ሕይወት በሙሉ ባላስታውሰውስ የሚል ሃሳብ ውስጥም ገብቼ ነበር፡፡ በቀላሉ እጅ መስጠት የማይፈቅደው ባህሪዬ እጅን ከኮምፒውተሬ ፊደል እሚያላቅቀው አልሆነም፡፡

በሕይወቴ ሙሉ በጣም አእምሮዬን ካስደሰተው ወይም ካስጨነቀው ወቅት ልጀምር ብዬ አሰብኩ። ድንገት እፈቴ ላይ የተደቀነውና የትውስታዬን የፊት ወንበር የያዘው ከሰላሳ አምስት ዓመታት በፊት እምዬ ኢትዮጵያን ለቅቄ የወጣሁብት ቀን ነበር። መፃፉን ተያያዝኩት። ለካስ አንድ ሰው የማስታወስ አቅሙን የሚያውቀው ለማስታወስ ሲዘጋጅ ብቻ መሆኑን ተረድቻለሁ። የእድሜ ምርጫዬንም አከበርኩት። አእምሮዬ የትናንትናና የዛሬውን በቀላሉ እየረሳ፣ የድሮዉን በዚህ መሰል ስፋትና ፍጥነት ከመጋዘን ውስጥ ፈልፍሎ ማስታወስ ተቻለው ብዬም ፈጣሪዬን አመስግኜ ቀጠልኩበት።

አንድ ርዕስ ጨረስኩ ብዬ ሌላ ስጀምር አንዳንድ የልጅነት ትዝታዎቼ ድንገት አጇጉል ሰዓታት ላይ ሳላስበው እየመጡብኝ፣ ወደ ኋላ ስዬድ በደራስያን ልፋትና ትዕግስት ተገረምኩ። ድሮ አዲስ አበባ ዩኒቨርሲቲ ተማሪ ሆኜ በፈተና ሰሞን ቆይ ትንሽ ላንብብ ብዬ ጀምሬ ማቆም ያቃተኝ የበዓሉ ግርማን "ደራሲው" የልብ ወለድ መጽሐፍ ትርከትንም አስታወስኝ።

ጉዞ ወደ አውሮጳ

ጊዜው ኢ.አ.አ. 1989 ዓ.ም. ነሐሴ ወር ውስጥ ነው። አውሮጳላን ውስጥ ስገባ ሁለተኛዬ ነው። የመጀመርያው በረራዬ ከአንድ ወር በፊት ቄልቢ ገብርኤልን ለመሳለም ድሬዳዋ ሄጄ ነበር። ለአውሮፓ ጉዞዬ ልምድ ይሆነኛል ብዬ ነበር፣ በመኪና እንደወጣ ያልኔድኩት። በረራው ብዙም አልተመቸኝም። አውሮፕላኒ እያንገጫገጨች እንደወሰደችኝ እያንዘቸዘጨች መለሰችኝ። አውሮፓም

የሚወስደኝ አውሮፕላን እንደዚችኛዋ ያርገፈግፈኝ ይሆን ብዬ በጊዜው ሰግቼ ነበር። አልሆነም ። ለካስ ትልልቆቹ አውሮፕላኖች እንደትናንሾቹ አያወዛውዙም። በዚያ እፎይ ብልም ቤላ መንፈሴን በሚያናጋ ነገር መንፈሴ ተረብሿል። ከዘመድ ጋር መለያየቱ ብቻ አልነበረም። እማላውቀው፣ ያልተለመደ ጭንቀት ነበረ።

ጉዞዬ ወደ ቤልጀየም ነው - መልካም የአውሮፓ ሀገር። እምቀየውም ለሁለት ዓመት ለሁለተኛ ድግሪ ትምህርት ነው። መንፈሴ መደሰት ይገባው ነበር። ውጭ አገር ወጥቶ የመቅረት እንዳችም ፍላጎት ኖሮኝ አያውቅም። በጊዜው ሄደው ለቀሩት ሁለት ታናሽ ወንድሞቼ ሁሌ አዝን ነበር። እንዴት እንደሆነ ባላውቅም ልቤ - የውስጥ ስሜቴ - ወደ እምወዳት አገሬ እንደማልመለስ እየነገረኝ ነበር። ገና የአገሬን አየር ሳልለቅ - አውሮፕላንም ውስጥ ሳልገባ ግማሾቹን ዘመዶቼን እስከወዲያኛው እንደተሰናበትኳቸው ልቤ ቀድሞ ገብቶታል። የዩኒቨርሲቲውን መግቢያ ፈተናዎች አልፈን የነፃ ትምህርት ዕድል አግኝቶ ከኔ ጋር አብሮኝ ሊማር የሚሄደው የወደፈት የት/ቤት ጓደኛዬም ከጎኔ በዝምታ ውስጥ ተውጦ ቁጭ ብሎ ነበር። እምብዛም ትውውቅ አልነበረንም። እርሱም እንደእኔው ከስሜቱ ጋር ትግል ገጥሞ እንደሆነ ፈጣሪ ይወቅ። እርሱም የእኔን፣ እኔም የእርሱን ሳናውቅ፣ ብዙም ሳናወራ ጉዟችንን ቀጠልን።

የቤተሰብ ፎቶ

ከጉዞዬ አንድ ቀን በፊት ደግሞ የኮሌጅ ጓደኞቼና ማህበርተኞቼ የጓደኞቻችን ግርማና ገነት ካፌ ደመቅ ያለ ሽኝት አሁን በፈረሰችው ካዛንቺስ አካባቢ አድርገውልኛል።

ከተሰናበትኳቸው ጓደኞች በከፈል

ያ የሸኘት ሥርዓት አልቆ ከቤቴ ስገባ ደግሞ ካሰብኩት በላይ ሌላ ድል ያል ሸኘት ጠብቆኝ ነበር። የወላጅ አባቴ አብሮ አደግ ጋደኛ፣ በወቅቱ የህገራችን እውቅ የባህል ዘፋኝ የነበረው አበበ ተሰማ፣ እንደምሜድ ስምቾ ኑሮ የእስክስታ ንግስቷን ዘነበች ታደሰን (በቅፅል ስሟ ጭራቀረሽ የምትባለውን አርቲስት) ይዞ አፍንጭ በር ካለው ቤታችን በመምጣት መሽኛዬን አድምቆት አመሽ። ምን እያለ?

ልወዝወዘው በግሬ - ልወዝወዘው በግሬ

ሸበል ነው አገሬ

ሸኔ ለወዳጇ - ሸኔ ለወዳጇ

ሎሚ ይዛል በጁ

አቦቴ ደገም ጃርሲ ጃርቲ ለቀም

አቦቴ ደገም ጃርሲ ጃርቲ ለቀም!

ያ ደገም! ጃርሲ ጃርቲ ለቀም፣ ያደገም!" (ትርጉሙ፡ አቦቴና ደገም የቦታ ስሞች ሲሆኑ የተቀረው ደግሞ በግርድፉ ሻማግሌው አሮጊቷን ለቀም አደረጋት ነው።)

የሰላሴዋ ያባብላል ነፈሬዋ

የሰላሴዋ ያባብላል ነፈሬዋ

ሸንጥና ዳሌዋ ከወደ ....እያለ

ይህን ሁሉ ትቼ ነበር ወደ ባህር ማዶ ለመሄድ የተነሳሁት! ለትምህርት የምሄደው ለሁለት ዓመት ቢሆንም፣ ሌላው ያሳሰበኝ በዚህ ጊዜ ውስጥ የደርግ መንግሥት ይወርድ ይሆን? የፖሊሲ ማሻሻያ ያደርግ ይሆን? ተገንጣዮቹስ ገፍተው ይመጡ ይሆን? እሱስ አይሆንም እላለሁ የወደፊቱ ጥርት ብሎ እንደማ_ታየው ነብይ፡፡ በመንግሥቱ ኃይለማርያም ላይ የተሞከረው ኢ.ኢ.ኢ. የግንቦት 1989 ዓ.ም. ግልበጣ ሙከራ የከሸፈው ከመውጣቴ ሶስት ወር በፊት ስለነበር፣ ሃገሪቷ ገና አልተረጋጋችም፡፡ ይሁን እንጂ በሃገር ፍቅር የተገነባው አስተዳደጌም ሆነ ሥነ ልቦናዬ ተምሮ ከመመለስ ውጪ ከኢትዮጲያ ውጪ የመኖር ምንም ሃሳብ አልነበረውም ነበር፡፡

የልጅነት ዘመኔ

የልጅነት ፎቶዬ

የተወለድኩባት ከተማ ጎህፅዮን ትባላለች። በሸዋ ከፍለ ሐገር ሰላሌ አውራጃ ከጎጃም ከፍለ ሐገር ወዲህ ማዶ ላይ ናት። ለማታውቁት የፍቅር እስከ መቃብር ልቦለድ ታሪክ የሚያልቅባት፤ ስብለ፤ በዛብህና ጉዱ ካሳ በምናብ የተቀበሩባት ትንሸዬ ከተማ ናት። የአማርኛ መዝገብ ቃላት አዘጋጅ ከሳቴ ብርሃን ተሰማ ሃብተሚካኤል የተወለዱትም እዚህ ነው ይባላል። እኔ ሳድግ ነዋሪዋ በግምት ከአንድ ሺህ አይበልጥም። የልጅነት ትዝታዎቼ ግን ሚሊዮን ይሆናሉ። በከተማዋ አንድ ትምህርት ቤት፤ አንድ ሃኪም፤ አንድ ስልክ ቤትና አንድ አስፓልት መንገድ ነበሩት። ሁሉ ነገር አንድ ነበር። መኖሪያ ቤቶቹም በዚሁ በአስፓልት መንገድ ግራና ቀኝ የተደረደሩ ሲሆኑ ወደ ውስጥ የሚገባ መንገድ ብዙም አልነበረም። ስልከኛው በየቤቱ ሰው እየላከ፤ አንዳንዴም እራሱ እየመጣ በር አንኳክቶ ‹‹ስልክ ይፈልጋችኋል ቶሎ ኑ›› ነበር የሚለው። ሄዳችሁ የሆነች አንደሳጥን የቆመች ትንሸዬ ከፍል ውስጥ ትገቡና ስልከኛው "ማዘሪያ" "ማዘሪያ" ማለት ይዘምራል።

"ጎህፀዮን ነኝ አባከህ ደጀን/ጋርባ ጉራቻ ከመስመር ውጣ" ይላል ከአንድ ሰው በላይ የማታናግረውን መስመር ለማስለቀቅ። ደዋይና ተደዋዮን ለማገናኘት የሚደረገው ትንቅንቅ ራሱን የቻለ ትያትር ነበር።

የአባይን በረሃና ዳገት ተሻግረው ከጎጃም ወደ አዲስ አበባ የሚሄዱ የጭነት መኪኖች አረፍ ብለው ሞተራቸውን የሚያቀዘቅዙባት፣ ጎህፀዮን ከአዲስ አበባም ወደ ጎጃም የሚሄዱ መኪኖች አረፍ ብለው ወይም አድረው በጧት ወደ ጎጃም የሚሄዱባት ከተማ ነበረች። የከተማው ነዋሪ ልክ እንደ አንድ ቤተሰብ የሚተያየበት፣ ክርስትናም ሆነ ሰርግ ሲደገስ ከከተማው አንድ ሰው እንኳን ሳይቀር የሚጠራበት ናት። የሙስሊሙ ቁጥር በጣም አነስተኛ ቢሆንም፣ ለብቻ የድግስ ከብት ታርዶ ሳይነካካ በድንኳን ውስጥ ተሰርቶ ማስተናገድ የተለመደባት ከተማ ነች። የኤሌክትሪክ መብራትና የቧንቧ ውሃም የሚታሰብ አልነበረም። በበርሜልና እንስራ ነበር ሞጆ ከምትባል ከከተማዋ ወጣ ካለች ምንጭ የምናመጣው። ጥቂት መኖሪያ ቤቶችና ቡና ቤቶች ማሽ ሲያበሩ፣ አብዛኛው ሰው ኩራዝ ነበር የሚጠቀመው።

ቴሌቪዥንም አይታሰብም። ሬዲዮም ጥቂት በከተማዋ በኑር ሻል ያሉ ሰዎች ቤት የሚገኝ፣ እርሱም በማስዋቢያ ዳንቴል ተሸፍና ልጅ በማይደርስበት ቦታ የሚቀመጥና በአባት ወይም እናት የሚዘጋ የሚከፈት ነበረ። የመኖሪያ ቤቶች ግድግዳዎች በጋዜጣና የመጋዚን ወረቀቶች የሚዋቡበት ጊዜ ነበር። የሰፈሩ ልጅ ታላቁን አከባሪ እንዲሆን ተደርጎ ያደገ በመሆኑ፣ አስተማሪ ከአባት ያላነሰ ይፈራ ነበር። መንገድ ላይ ስንሄድ አስተማሪ ከርቀት ካየን መንገድ አቋርጠን ነበር የምንሸለሰው። ከቤት መውጣት ብዙም ስለማይፈቀድልን ይህችu ትንሿን ከተማ በቅጡ ያወቅኳት ከፍ ካልኩ በኋላ ነበር።

ከትምህርት ቤት ከወጣሁ በኋላ በር ላይ ዘበኛቸን ደረስ ቡሉኮ ውስጥ ገብቼ ተረቡን እሰማ ነበር። እንዳሁኑ ዘመን ሕዝብ ሳይበዛ በየእስር ደቂቃው ስለሚያልፈው ሰው በሹክሹክታ አቃቂር ሲያወጣለትና ሲወርፈው መስማት ልዩ ደስታ ይስጠኝ ነበር። ማን አግብቶ ማን እንደፈታ፤ ማን ከማን እንደወለደ፤ ማን ከምን ተነስቶ የት እንደደረሰ፤ ማን ሰርቆ እንደተያዘ፤ የየቤቱን የውስጥ ጓዳ ጎድጓዳ ጠንቅቆ ያውቃል። ትንሽ ከተማ ውስጥ ምስጢር የሚባል የለም። ሁሉም ነገር የአደባባይ አዋጅ ነው። ደረስ እንደዘፋኝነትም እንደተወዛዋኝነትም ይቃጣዋል። ተረትና ምሳሌው አያልቅም። ትውልዱ ከወደ ንጉሶቼ አገር ጎንደር ነው።

ጎረቤት እናቶቸና አባቶቸን ልክ እንደራሳቸን አባትና እናት እንፈራለን። ስታጠፋ ያየህ ጎረቤት አንተን የመቅጣት ሙሉ መብት አለው። ተጨማሪ ቅጣት ደግሞ አቤት ይጠብቅሃል። ጓደኞቼ ባብዛኛው ዘመዶቼ ነበሩ። እንደ ትላልቅ ከተማ ልጆቸ ብዙም መጫወቻዎቸ ወይም መዝናኛዎቸ አልነበሩንም። ላይብረሪ የሚባል ነገር የለም። ብይ መጫወት ፤ የሽቦ መኪና ሰርቶ መንዳት፤ ጢቢ ጢቢና ኳስ መጫወት የተለመዱ ነበሩ። በተለይ የእግር ኳስ ከትምህርት ቤት መልስ መጫወት የተለመደ ነበር። አስተዳደጋቸን በብዙ ቁሳቁስ ያልታጀበ ነው። ነገር ግን ፍቅርና ደስታ የተሞላበት ነበር። ሁሉም ልጅ አድን ትልቅ ሰው እንደሚሆን ተስፋ ነበረው። እግዚአብሔር ሁለት የምድር ሕይወት ቢፈቅድልኝና ሁለተኛውን ግድየለም እናንተው ምረጡ ቢለን አሁንም አዛቸው የተወለድኩባትን ቦታና ቤተሰብ እመርጥ ነበር።

ከዘመድ ጓደኞቼ ፍስሃ ስዮምና ከንፉ ታደስ ጋር

አንደኛ ደረጃ ትምህርቴን እንደጨረስኩ እየተደበቅሁ ከከተማው ጀርባ የተንጣለለውን የአባይ ወንዝ ገደል ቁጭ ብሎ ማየት እወድ ነበር፡፡

የጎህፅዮን አላንቴ መንገድ

እሁድ እሁድ አቡ ማርያም ቤተክርስትያን መሄድ፤ በሚካኤል ቀን ደግሞ ዋሻ ሚካኤል መውረድ፤ በአመት አንድ ቀን ደግም በጁጉሜን ሦስት ቅዱስ ሩፋኤል ቀን ወደ አባይ ወንዝ ወርደን ውሃው ሞልቶ እየተርመሰመሰ ሲያልፍ ማየት የሚያስደስተኝ የልጅነት ሕይወቴ ነበር።

በአባይ ድልድይ ስር አባይ ሲገማሽር

ከጎጃም የሚመጡት የበዓሉ እድምተኞች ከአባይ ድልድይ ማዶ እኛ ደግሞ ከወዲህ ማዶ ወንዙ ውስጥ ገብተን ከተንቦዔረቅን በኋላ ዘፈኑን ሲያቀልጡት መስማት ያስደስታል። ከልጅነት ጀምሮ የአባይን ወንዝ እያየሁ ስላደግሁ አገራችን የአባይ ውሃ ተጠቃሚ አለመሆኗ ሁልጊዜ ይቆጨኝ ነበር። አባይ መብራትም ዕራትም የመሆን አቅም እያለው ለምን ዝም ብሎ ያልፈናል እያልኩ ግዑዙን ወንዝ እወቅሰው ነበር። በቅርቡ ግድቡ ሲገነባ ከግብፅ ጋር በነበረው እሰት አገባ ውስጥ እኔም የተወሰኑ ጥናታዊ ፅሁፎችን በማህበራዊ መረብ ላይ አበርክቻለሁ።

ለአስተሪዮ ማርያምና ጥምቀት በዓላት የነበረው ክብርና የአማርኛና የኦሮምኛ ጭፈራ ትዝ ይለኛል። አንዳንዶቹም የበዓሉ ታዳሚዎች ጠላ ይጠጡና በዱላቸው ይፈታተሻሉ። ጠብ የማይጠነክርበት፣ የበዓል ስሜት እንጅ ጊዜ አመጣሹ የዘር ተቧድኖ የማይታይበት ነበረ። በየቤቱ አየዞርን ቡሄ በሉ አየዘፈን የምንሰበስበው ሽልጦ ዳቦም ትዝ ይለኛል። እኔ ግን ከአጃቢነት የዘለለ አስተዋፅኦ አልነበረኝም።

«ቡሄ በሉ- ሆ! ልጆች ሁሉ ሆ!

እዚያ ማዶ -ሆ! ጭስ ይጨሳል - ሆ!

አጋፋሪ - ሆ! ይደግሳል - ሆ!

ያንን ድግስ - ሆ! ውጪው ውጪው -ሆ!

በድንክ አልጋ - ሆ! ተገልብጬ - ሆ!

ያችም አልጋ - ሆ! አመፀኝ - ሆ!

አላንድ ሰው - ሆ! አታስተኝ - ሆ! ....

ቡሄ ቡሄ በሉ

ልጆች ሁሉ

የቡሄን አደራ

አንች አሞራ....

እረ በቃ በቃ ፤ ጉሮራችን ነቃ

እረ በቃ በቃ ፤ ጉሮራችን ነቃ ...» እያልን።

ትምህርት ቤት ስንገባና ስንወጣም ብሄራዊ መዝሙር መዘመርም የተለመደ ነበር።
መዝሙሮቹም በጨቅላ ጭንቅላት የሀገር ፍቅር የሚያሰርፁ ናቸው።

ደሙን ያፈሰስ ልቡ እየነደደ
በአርበኝነት ታጥቆ ጠላት ያስወገደ
ንጉሥና አገሩን ክብሩን የወደደ
ነፃነቱን ይዞ መልካም ተ! ራ! መ! ደ!

ገናናው ክብራችን ሰንደቅ አላማችን
ያኮራናል አርበኝነታችን!

ጎህፅዮን ከተማ ነዋሪውም ከዘጠና አምስት በመቶ በላይ የሚሆነው የኦርቶዶክስ ተዋህዶ ተከታይ ሲሆን፤ ሕዝቡም በራሱ የሚተጋመን፤ ኩሩና ከተደፈረ ደግሞ ምንም ከማያድረግ የማይመለስ ሕዝብ ነበር። በጊዜው እዛ አካባቢ አድን ተኳሽ ያልሆነ ሰው ማግኘት ከባድ ነው። ትንሽ ኪሎ ሜትር በእግር ወደ ዋጁ ተጉዘ፤ ባሩድ ከገደሉ ስር ቆፍሮ፤ በባዶ ቀለህ ውስጥ ከቶ መተኮስ የተለመደ ነው። በጊዜው በእዚች ትንሽ ከተማ ውስጥ ጎላ ጎላ ብለው የሚታዩት በአብዛኛው ዘመዶቼ ነበሩ። ባለ መኪኖቹም፤ ባለ ወፍጮዎቹም ወይ አባቴ ወይም ዘመዶቼ ነበሩ። ከተቀረውም ሕዝብ ውስጥ ያለው ፍቅርና አንድነት ቤተሰባዊ ነበር። አሁን ግን አብዛኛዎቹ ከዛ ወጥተዋል። አዘውንቶችም በሕይወት የሉም። አፈሩ ይቅለላቸውና አልፈዋል።

የአንደኛ ደረጃ ትምህርቴ

የአንደኛና መለስተኛ ሁለተኛ ደረጃ ትምህርቴን የተማርኩት እዚሁ የበቀልኩባት ጎህፅን ከተማ ነው። እስክ አራተኛ ክፍል የተማርኩት የከተማው የቅዳሜ ገበያ የሚውልበት አካባቢ ሲሆን፤ ት/ቤቱ ከማርጀቱ የተነሳ ዝናብ እያስገባ ያስቸግር እንደነበር አስታውሳለሁ። ቁንጫ እንዳይበላን ከባላገር የሚመጡ ልጆች የከብት እበት እያመጡ እኛ የከተማዎቹ ደግሞ ውሃ በጠርሙስ እያመጣን አርብ አርብ ቀን ከሰዓት በኋላ ክፍላችንን እንለቀልቅ ነበር። ጠርሙሲም ከተሰበረች ዱላ ስለሚጠብቀን ተጠንቅቀን ወደቤታችን እንመለሳለን። መቀመጫችንንም እኛው አራሳችን የባህር ዛፍ ማገር እያመጣን እንሰራ ነበር። የማን ያምራል የሚል ውድድርም ነበረ። አራተኛ ክፍል ሆኜ በጦቁር ሰሌዳ ቁራጭ ተጽፋ፤ በቀኝ በኩል ጥግ ላይ ተሰቅላ የነበረች መልዕክት እስካሁን ዓይኔ ላይ አለች። "የጥበብ መጀመሪያ እግዚአብሔርን መፍራት ነው" ትላለች። ሁልጊዜ አስተማሪው ሲያስተምር እሷን እያየሁ እደመም ነበር። በአካባቢዬ ያሉ ሁሉ ቤ/ን ስለሚሄድ "ምኑ ላይ ነው ጥበቡ" እያልኩ አሰላለሁ። እግዚአብሔርን መፍራት ቤ/ን ከመሄድ ጋር አንድ አድርጌዋለሁ።

አንዳንድ ልጆች ሦስትና አራት ሰዓት በእግራቸው ከገጠር እያመጡ እኛ ቀድመው ክፍል ሲገኙ ሁሌ ይገርመኝ ነበር። ሦስተኛ ክፍል ሆኜ ደግሞ በተገዛልኝ ቦርሳ የምማርበትን መጻሕፍትና ደብተር ብቻ አልይዝም ነበር። እቤታችን ሆኖ ይማር የነበረውን የአጎቴ አባቱን ድሮ ተምሮባቸው ያስቀመጠውን መጻሕፍት ሁሉ በቦርሳዬ እጭቅ አድርጌ እየተንገዳገድኩ እሄድ ነበር። ከትምህርት ቤት ስመለስ

እንዚህን መጽሀፍት እናቴ ከቦርሳዬ አውጥታ "አሁን ምን ቸግሮህ ነው" ብላ ስትደብቅብኝ እሷ ሳታይ እንደገና ፈልጌ ይዤ እሄድ እንደነበር ሳቋን መቆጣጠር እያቃታት ትነግረኝ ነበር። እኔ ግን ትዝ አይለኝም። ልጅና መልዓክ እንድ ነው እንደሚሉት የወደፊቱ የሕይወት ጉዞዬ አመላካች እንደነበር የተረዳሁት አሁን ላይ ሆኜ ሳስበው ነው።

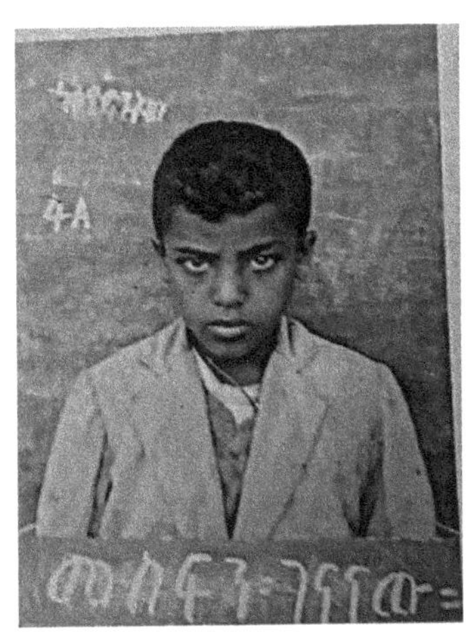

አምስተኛ ክፍል ስገባ በስዊዲሽ ተራድአና (ESBU) በሕዝቡ እኩል አስተዋፅኦ (እያንዳንዳቸው 18, 000 ብር አዋጥተው) በብሎኬት የተሠራ ሕንፃ ውስጥ ስንገባ የተሰማን ደስታ ወደር አልነበረውም። በዛን ወቅት እስከ ስምንተኛ ክፍል ትምህርት በሰላሌ አውራጃ የሚሰጠው በሁለት ከተሞች ብቻ ሲሆን፣ አንደኛው በጎሃፀዮንና አንደኛው ደግሞ በፍቼ ከተማ ነበር። ይህም የሆነው በወረዳው ሕዝብ መዋጮና አባቴን ጨምሮ ሌሎች የአካባቢው ነዋሪዎች ተጨማሪ የገንዘብና የመሬት ስጦታ አድርገው እንደነበር እሰማ ነበር።

ሴላው ልጅ ሆኜ በጣም የሚያንንኝ ነገር ከአባቴ ጋር በየዓመቱ ክረምት ሲገባ አዲስ አበባ ለተወሰኑ ቀናት መሄድ ነበር። የኤሌክትሪክ መብራት ነሃፅዮን ስላልነበረ፣ ልክ አዲስ አበባ ለመግባት እንጦጦ ላይ ማታ ስንደርስ የከተማው መብራት እንደ ከዋክብት ተበትነው ሳያቸው የሚሰጠኝ ደስታ ወደር አልነበረውም። ከተማ ከገባሁ በኋላም ያሁኖቹን ባጃጅ የሚመስሉ እነዛ ጋሪን ከአዲስ አበባ ያስወጡት ባለ ሶስት እግር ኩርኩር ሴቾንቶዎች እንዴት ሚዛናቸውን እንደሚጠብቁ ግርም ይለኝ ነበር።

አዲስ አበባን እንጦጦ ላይ ሁነው ሲያስተውሉ

ብዙውን ጊዜ አባቴ ጎጃም በረንዳ አጂዮ ፊት ለፊት የነበረው የአንድ ጋይኛው ግሮሰሪ ውስጥ ትቶኝ ወደሥራው ሲሄድ፣ እዛ የሚመጡ የጎጃም ሹፌሮች ሁሉ የገናናው ልጅ ነው ሲላቸው ትንሽ አጫውተውኝ ለስላሳ ጠጣ ብለው ከፍለው ይሄዳሉ። ያንን እየጠጣሁ ሆዴ ውጥር ብሎ ይውላል። የበለጠ የሚያስደስተኝ ደግሞ ከቆርኪው ውስጥ ሲፈለቀቅ የሚወጣው የተደበቀ ሎተሪ ነበር። አንዳንዱ እስክ ሶስት ለስላሳ መጠጥ በነፃ ይሰጥ ነበር። ደጃች ውቤ ሰፈር ዘመዴቼ ቤት

ቴሌቪዥን ማየትና ጫኔ ሱቅ ውስጥ መቀመጥም የአዲስ አበባ የወደፈቱ ኑሮዬ መለማመጃ ነበር።

የሁለተኛ ደረጃ ትምህርቴ

ሰላሴ በ19ኛው ክፍለ ዘመን ከአዲስ አበባ ቀጥሎ የፖለቲካ ማዕከል፣ የአውራጃዎች ሁሉ አውራ፣ የበርካታ ስም ጥር ጀግኖች አገር፣ የታዋቂ ሰዓሊዎች፣ ሊቆችና ጥበበኞች ምድር ነበረች። መልከዓ ምድሮቿ፣ ተራራዎቿ፣ ወንዞቿዋ ገደላገደሎቿና የጤፍ እርሻዎቿን ማየት በጣም ያምልላሉ። ለትምህርትም፣ ለኑሮም፣ ለስነልቦና ግምባታም የተመቻቸች አካባቢ ነች። ስምንተኛ ክፍል ትምህርቴን በጎሃፅዮን ከጨረስኩ በኋላ አዲስ አበባ የሚሽን አዳሪ ትምህርት ቤት እንድገባ ታስቦ ነበር። ነገር ግን "ይኮተልካል" ተባለና እዛው ሰላሴ ፍቼ ሁለተኛ ደረጃ ትምህርት ቤት እንድማር ሆነ። እዚህ ትምህርት ቤት ለአንድ ዓመት ተኩል ስሜገር የምኖረው ኮማንዶ በምትባል ከፍቼ ወጣ ብላ በጎጃም መንገድ ላይ ባለች ትንሽ ከተማ ነበር። አብዛኛዎቹ የሁለተኛ ደረጃ ተማሪዎች የሚመጡት ከዛው ከፍቼ ከአበራና አስፋው መለስተኛ ሁለተኛ ደረጃ ትምህርት ቤት ነበር። አበራና አስፋው ወሰን የራስ ካሣ ልጆች በፋሺስት ኢጣሊያ የተረሸኑ አርበኞች ነበሩ። ራስ ካሣ ሀይሉ ሦስት ልጆቻቸውን ለኢትዮጵያ ነጻነት የገበሩ የአጼ ሃይለ ሥላሴ የቅርብ ዘመድና ጓደኛ ነበሩ። አንደኛው የልጅ ልጃቸው ደጃዝማች አምዴ አበራ በኖርኩባት ኮማንዶ ከተማ የከብት ማርቢያ ማዕከል ነበረው። አንድ ቀን አስፈቅጄ መግባቴን አስታውሳለሁ። ድርጆቱ በጣም በርካታ ትላልቅ የፈረንጅ ላሞች ያሉት ሲሆን፣ ሠራተኞቹ እንደዘመናዊ ፋብሪካ ዩኒፎርም ለብሰው አንዱ ላንዱ እያቀበለ የሚሠራበት ነበር። ከነሱ የሚታለበው ወተት በማጠራቀሚያው ውስጥ እየተከተተ በየቀኑ በትልቅ መኪና እየተጫነ ወደ አዲስ አበባ ለሽያጭ ይቀርብ ነበር። ሰውየው

ገበሬዎችን ከመሬታቸው በማፈናቀል ይወገዝ የነበረ ቢሆንም፤ በአካባቢው ላሉ ብዙ ባለመሬት ገበሬዎች ትምህርት ሆኖ እስከ አዲስ አበባ ድረስ ብዙ የከብት እርባታዎች እየተደራጁ ብቅ ብቅ ያሉበት ዘመን ነበር።

እኔ ፍቼ ሁለተኛ ደረጃ ትምህርት ቤት ስገባ፤ ገና ከተከፈተ ከሁለት ወይም ሦስት ዓመት በላይ አይበልጥም ነበር። ከዚያ በፊት 8ኛ ክፍል የሚጨርሱ ታላላቆቻችን በሙሉ አዲስ አበባን አልፈው፤ አምቦ፣ ደብረ ዘይት፣ ናዝሬት፣ ደብረ ብርሃንና ወሊሶ ነበር ለሁለተኛ ደረጃ ትምህርት የሚመደቡት። ፍቼ የራስ ካሣ መቀመጫ ከተማ ሆኖ ሳለ የሁለተኛ ደረጃ ት/ቤት ሳይከፈትላት በመቆየቱ እናዝን ነበር። ፍቼ አካባቢ ብዙ ዘመዶች ስለነበሩኝ ብቸኝነት ብዙም አልተሰማኝም። የሴት አያቴም አየለች ከከተማው ወጣ ብለው አባታቸው ቤት ይኖራሉ። ነገር ግን አያቴ ከመንገድ የወጣ ቦታ ስለሚኖሩ እኔ ቤት ተከራይቼ ከሌሎች የቅርብ ዘመድ ተማሪዎች ጋር እንድኖር ተደረገ። የቤት ኪራይ የሚደርስብኝ 5 ብር እንደነበረ ትዝ ይለኛል። ቀለል ቀለል ያለ ምግብ ሰርቶ መብላት ለመጀመሪያ ጊዜ ተማርኩ። አንዳንድ ቀን ግን እራቴን የአባቴ ወዳጅ የነበሩት የወይዘር ሃመረ ሆቴል ነበር እየፈረምኩ የምበላው። አንዳንዴም ከልጃቸው ጓደኛዬ ዳንኤል ጋር አብረን ቂቤ ጨመር እያደረገብት እንበላለን። ዘጠነኛ ክፍል ስገባ እድሜዬ 14 አመት ነበር። ከቤተሰብ ውጭ መኖር የጀመርኩት በዚሁ ሏጋ ዕድሜዬ ነበር። ከዛ በሗላ ለአጭር ጊዜያቶች ቤተሰብ ለመጠየቅ መሄድ ካልሆነ በስተቀር፤ ከእናትና አባቴ ጋር በቋሚነት አልኖርኩም። በልጅነት ቤት ተከራይቶ ከቤተሰብ መለየት ከባድ ቢሆንም፤ ሃላፊነት መውሰድንና በራስ እግር መቆምን በልጅነት ያስተማረኝ ሕይወት ነበረ።

የሁለተኛ ደረጃ ትምህርቴን ስጀምር

ፍቼ ዘጠነኛ ክፍል ትምህርት ስጀምር፣ ያላደኩበት ከተማ እንደመሆኑ፣ አንድም የማውቀው ልጅ የሌለበት ክፍል ስገባ የመጀመሪያዬ ነበር። አልተረበሽኩም። ለመልመድም ለመግባባትም ጊዜ አልወሰደብኝም። መምህራኑም ድሮ ከነበሩኝ ሻል ይሉ ነበር። ብዙ ነገሮች አሁን ትዝ አይሉኝም። ሂሳብ ከምወደው ትምህርት አንዱ ነበርና ትምህርት በጀምርን በጥቂት ቀናት ውስጥ የሂሳብ አስተማሪዬን ለመጀመሪያ ጊዜ ጥያቄ እንደጠየቅኩ አስታውሳለሁ። ከመጻሕፋችን ውስጥ ከሚሰጠን ትንሽ ቀለል ያሉ የቤት ሥራ ጥያቄዎች ቀጥሎ "Challenge questions" የሚል ርዕስ ያለው ጥያቄዎች ነበሩ። በዛን ጊዜ ዲክሽነሪ በግል ቀርቶ በላይብረሪ ያየሁበት ሁኔታ ባለመኖሩ "Challenge" የሚለውን ቃል ትክከለኛ ትርጉም መረዳት አልቻልኩም። አንብቤ ወይም ሰምቼ ስለማላውቅ ምን ማለት እንደሆን ነበር የጠየቅኩት። አስተማሪው ሳላህ ይባላል። አላቅማማም። "Challenge ማለት ቻለኝ ማለት ነው" አለኝ በአማርኛ። ከበድ ያሉ ጥያቄዎች መሆናቸው ገብቶኝ ስለነበር የሰጠኝ የአማርኛ ትርጉም በጣም አስደነቀኝ። ከትርጉም ትክከለኛነትም በላይ የአማርኛ ትርጉም ቤት መምታቱ ነበር የገረመኝ። በጊዜው የነበሩ የሁለተኛ

ደረጃ አስተማሪዎች ችሎታቸው ጠንካራ ነበር፡፡ ዲግሪ መያዣቸውን እጠራጠራለሁ ግን የእንግሊዘኛ ቋንቋም ሆነ በሚያስተምሩት ትምህርት እውቀታቸው የሚደነቁ ነበሩ፡፡ አብዛኞቹ ስነፍ ተማሪ አይወዱም፡፡ እንዲያውም እዛው ክፍል ውስጥ የተማሪ መሳቀያ ያደርጋሉ፡፡ የጊዜው የተማሪ ማነቃቂያ ቴክኒክ መሆኑ ነው፡፡

ሁለተኛ ደረጃ ትምህርት ቤቶች ውስጥ በአማርኛ አስተማሪዎች አቃቂር ማውጣትና መሳቅ የተለመደ ነበር፡፡ የኔታ ሲራክ የሚባሉ የአማርኛ አስተማሪ ነበሩ፡፡ ሁል ጊዜ ተማሪ ሲረብሻቸው "ለኔቶች ነው የምነግርብህ" ይላሉ፡፡ ዳይሬክተሩን ማለታቸው ነው፡፡ ትዝ ከሚሉኝ ነገሮች መካከል አንድ ረባሽ ተማሪ ሁሌ ስለሚቀልድባቸው ከክፍል አስወጡት፡፡ ሥነ ልቦናቸውን በደንብ ስለተረዳው ትንሽ ቆይቶ ትልቅ ድንጋይ ተሸክሞ በር አንኳኳ፡፡ በሩን ሲከፍቱት እሱ ነው፡፡ ሊያስገቡት አልፈለጉም ግን ድንጋይ ተሸክሞ ሲያዮት ደግሞ አሳዘናቸው፡፡ ወደ እኛ ዘረው "እየውላችሁ ሰውን ጡር ላይ ለመጣል ነውኮ" "በል ግባ" ብለው ድንጋዩን አወረዱለትና ገባ፡፡ ከትንሽ ደቂቃ በኋላ እሳቸው ወደ ሰሌዳው ሲዞሩ እየተነሳ ትያትሩን ቀጠለ፡፡ እንደገና አስወጡት፡፡ አብዛኛው ተማሪ ግን አስተማሪን በጣም የሚያከብር ነበር፡፡ የኔታ ሲራክ፣ ሞለል ያለ እራስ ስለነበራቸው ‹‹ኮዳ ራስ›› የሚሏቸው ተማሪዎችም ነበሩ፡፡

ሁለተኛ ደረጃ ትምህርቴን ስጨርስ

እድገት በሕብረት

አብዮቱ ከፈነዳ በኋላ የአስረኛ ክፍል ተማሪ ሆኜ የአጼ ኃይለ ሥላሴ መንግሥት አንደኛውን ፈረስ። የለውጥ ችቦ ከጫፍ እስከ ጫፍ ተቀጣጠለ። ትምህርትም ተቋረጠ። አመቱ እንዳለቀ የአስረኛን ክፍል እንደጨረስን ተቆጥሮልን በወቅቱ ሥልጣን በያዘው የደርግ መንግሥት የዘመቻ ጥሪ ቀረበልን። የእድገት በሕብረት ዘመቻ። አላማው መሬትን ለሕዝብ ያደረገን የአዲሱ መንግስት ፖሊሲ ወደመሬት ወስዶ ለማስፈፀም እንደነበር ቢነገርም የበርካታ ተማሪዎች ያልተቋጨ ጥያቄ "ሕዝባዊ መንግሥት ይቋቋም" የሚለውን ለማፈን እንደነበር በብዙዎች ይታመናል። ቴሌቪዥኑና ሬዲዮው ለዘመቻው ልዩ ቅድሚያ ሰጥተው ወጣቱን በሚያማምሉ መዝሙሮች ቀን ከሌት ሳይሉ ማስደመጡን የቀጠሉበት ክስተት ነበረ። ጥቂቶቹ ይህን መሰል ይዘት ነበራቸው፤

"በሕይወት ግቡ በሕይወት

በሕይወት ግቡ በሕይወት

ዘመቻ የምትሄዱ ለእድገት በሕብረት...."

"ለእድገት በሕብረት እንዝመት

"ለእድገት በሕብረት እንዝመት

ወንድና ሴት ሳንል ባንድነት

ሀገሬ ሀገሬ ማለት ብቻ አይበቃም..."

"ስንፍና ይቅርብን አያሻም ዕረፍት

እንገስግስ ወደፊት ለእድገት በሕብረት

ለእድገት በሕብረት..."

"አድባር ትቀበላችሁ

ወገን ይደግፋችሁ

በደስታ በሆታ እንደሸኘናችሁ

በሳቅ በፈገግታ እንቀበላችሁ...."

"ሃገሬ ኢትዮጵያ የሻይ ቤት የኬክ ቤት ሆነሽ እንዳትቀሪ

አስበውልሻል ትልቅ ኢንዱስትሪ...."

አያሉ ጧት ማታ በሬድዮ ስንሰማ በልጅ ጭንቅላት እንኳንም የኢትዮጵያን ችግር ቀርቶ የአፍሪካን ችግር ለመፍታት ምንም የሚያግደን ሃይል የለለ እስኪመስለን ድረስ በደርግ ፕሮፖጋንዳ ሰመጥን። የተዘጋጀልን ሰይፍ ለብዙዎቻችን ቀድሞ አልታየንም።

በከፍተኛ የሀገር ፍቅር ስሜት የተጀመረ ዘመቻ ነበር። አስረኛን ክፍል አጠርጠን ከወጣነው ተማሪዎች ጀምሮ እስከ ኤ.ኤ ዩኒቨርስቲ መጨረሻ ዓመት ድረስ መምህራንን ጨምሮ በመላው ኢትዮጵያ እንዲዘምቱ ተደረገ። እኔም የእድል ፈንታ ሆኖ ከቤተሰቤ ብዙም ሳልርቅ ፍቼ ተመደብኩ። በወጣቱ ዘንድ የነበረው የለውጥ ስሜት ከፍተኛ ስለነበር ብዙዎቹ ዘመቻ ያልሄዱ ተማሪዎች ቅር አላቸው። የተዘጋጀ ማሳረፊያ ስላልነበር እዚያው እማርበት የነበረው አበራ አስፋወሰን ሁለተኛ ደረጃ ት/ቤት የተወሰኑ ክፍሎች ተለይተው እንድንኖርበት ተደረገ። አመዳደቡም ድብልቅልቅ ያለ ስለነበረ ከተለያየ አካባቢ የመጡ ልጆች ጋር ለመተዋወቅና ለመማማር እድል ሰጠን። አንዳንድ የመዝናኛ ፕሮግራም ላይ የአካባቢያቸውን የባህል ዘፈን በተለያየ ቋንቋ ሲጫወቱ መስማት ያስደስት ነበር። አብዛኛው ወጣት ከቤቱ ወጥቶ ስለማያውቅ ዘመቻው ለወጣቱ ከፍተኛ ነፃነት ስለሰጠው እንዳንዱን ደግሞ የሚያይዘውና የሚጨብጠውን አሳጥቶት ነበር ።

የእድገት በሕብረት ዘመቻ - እኔ ከቀኝ ወደ ግራ ሁለተኛው ልጅ ነኝ

የእድገት በሕብረት ዘመቻ

የምድብ ጣቢያ ኃላፊው የአየር ወለድ ባልደረባ ሻለቃ ወንድማገኝ ጫት ጫት ፈሼካ አየነፉ ከእንቅልፍ ያስነሳንና በመንጠራ ሜዳ እንደወታደር ያሯሩጠን ጀመር። እኔ ደግሞ ጫት መነሳት አይሆንልኝም። ትንሽ ቆይቶ ንዑስ ጣቢያዎች ተከፍተው እኔ በቅርብ ርቀት ደገም ከተማ ደረስኝ። ደገም ከተማ ደገም የአክስቴ የብርጌል ወርቁ አገር ነው። ባለቤቲ ቆኛዝማች ዘለቀ ገመዳ ይባሉ ነበር። የራስ ዳርጌ የማደን

ልጅ ልጅ ናቸው። የበለጠ ደስ ያለኝ ግን ያ ሩጫው ስለቀረልኝ እንደነበር
አስታውሳለሁ። ደገም ከተማ የጎጃም አውራ ጎዳና መንገድ ላይ ስለሆነ፤ አባቴ
ህዝብ ማመላለሻ አውቶቡስ ስለነበረው በዚያ ሲያልፍ ከአዲስ አበባ የሸዋ ዳቦ
አንድ ካርቶን (በአንድ ብር 20 ዳቦ የሚይዘውን) እየገዛ ያመጣልን ነበር። ከኔ
የበለጠ ሌሎች ዘማቾች የሱን መኪና መምጣት ይጠባበቁ ነበር። የገጠር ከተማ
ያደግሁ ብሆንም የዕውነት የገጠሩን ኑሮ በጣም በተሻለ ሁኔታ ያወቅሁት ዕድገት
በሕብረት ዘመቻ ላይ ነው። ጭልጥ ወዳለው ገጠር በአግራችን እንሄድና ገበሬ
ማህበር እናደራጅ ነበር። በየሄድንበት መንደር የምናድረው ሻል ያሉ የቀድሞ
ባላባቶች ቤቶች ውስጥ ነበር። የደርግ መንግሥት በመሬት አዋጁ ምክንያት በተለይ
በገበሬው ከፍተኛ ድጋፍ አግኝቷል። ምንም እንኳን መሬት የመንግሥት ነው
ቢባልም፤ እንደቀጣዮቹ መንግስታት የደርግ ዘመን ካድሬዎች እንደፈለጉ
የሚሸጡት አልነበረም።

በአንድ ውቅት በንዑስ ጣቢያ ያሉት ዘማቾች ውስጥ የከተሜውና የገጠሬው ዘማች
ነገራ ለይተው ከፍተኛ ጠብ ተነሳ። የወረዳው ጣቢያ ሃላፊ ነገሮችን ለማብረድ
መጣ። ሁለት ልጆች ከየቡድኑ ተነስተው አስረዱ። በሉ በዚህ ቡድን ያላችሁ በግራ
በኩል በዛኛው ቡድን በኩል ያላችሁ በቀኝ ቁሙ አለን። እኔና ጓደኛዬ ተስፋዬ ብቻ
መሃል ቀረን። አንተስ አለኝ ሃላፊው። ሁለቱም ቡድኖች ያዮኛል ወደነሱ
እንድመጣ። እኛ ከማንም ጋር አልተጋላንም አልኩ። ሃላፊው አምገሰን። አንዱን
ዓመት ጨርሰን ሁለተኛው ዓመት ላይ ዘማቹ ደርግን መቃወም ጀመረ።
ተቃውሞው ወደ ድርጅትነት እየተቀየረ ሄዶ ኢህአፓ ሕዋሳቶችን በየመጫ ጣቢያ
ለማቋቋም እድል ሰጠው። ግብግቡ እየጨመረ ሲሄድ፤ ወዲያው ጣቢያችንን ጥለን
ወደ ቤተሰቦቻችን እየጠፋን ሄድን።

የያኔ ዘመን ወጣት አብዛኛው የግራ ፖለቲካ አማኝ ነበር። የሀገር ፍቅሩና ለድሃ ሕዝብ የመቆርቆር ስሜቱ በጣም ከፍተኛ ነበር። ይህ ሲባል ግን ድብቅ ሥልጣን የማያዝ ዓላማ ወይም በዲሞክራሲ ስም ቂም የቋጠሩ ቁንጮ የፖለቲካ መሪዎች ከወጣቱም አልነበሩም ማለት አይደለም። ወታደራዊው መንግሥትም ያንኑ ፖለቲካ ተከትሎ ትንሹንም ትልቁንም ንብረት ወረሰ። የሃገሪቷ መመሪያ ሶሻሊዝም መሆኑን አወጀ። አንድ የዘመቻ ጣቢያ ለጉብኝት የሄደ የደርግ አባል ንግግር ሲያደርግ አንድ ወጣት ለምን ኮሚኒዝም አላወጃችሁም ብሎ ሲጠይቀው " ፀባያችሁን ካሳመራችሁ ወደፊት አይተን ኮሚኒዝምን እናውጃላችኋለን" ብሎ አለ ተብሎ ይሳቅም ነበር።

ጓደኞቼን ለመምሰል ግራ ዘመም መጽሐፍችን አነብ ነበር። ወታደራዊውን መንግስት መቃወማቸውንም ደጋፈ ነበርኩ። ውስጤ ግን በፍፁም የግራ ፖለቲካን መደገፍ አልፈቀደም። አልወደደውም። በዚያ ላ እድሜዬ ከነጋዴውና አምራች ከሆነው ሃብታም ንብረት በመንጠቅ ዕድገት ማምጣት ትክከል እንዳልሆነ ይሰማኝ ነበር። ከፍተኛ የፖለቲካ ዕውቀት ኖሮኝ ሳይሆን፣ የወላጅ አባቴን ለፍቶ ያገኘውን አንጡራ ሀብት አይኔ እያየ ገደል የከተተ ሥርአት መሆኑ ተሰምቶኛል።

የሁሉም የሆነ ንብረት የማንም ሊሆን እንደማይችል የተረዳሁብት እውነታም ላይ ነበርኩ። በአሁን ሙያዬ ሳስበው አንድ አስተማሪ የአንድ ክፍል ተማሪዎቹን ውጤት ደምሮ፣ በተማሪዎች ቁጥር አካፍሎ አማካይ ውጤቱን ለሁሉም ተማሪ ቢሰጥ ጎበዝ ተማሪ ይናደዳል። ሰነፉ ተማሪ ደግሞ ይደሰታል። በሚቀጥለው ዙር ላይ ሰነፉ በዛው በስንፍት ሲቀጥል ጎበዞቹ ግን ጥናት ያቆማሉ። ያኔ አማካይ

ውጤቱ ስለሚወርድ ሁሉም ይወድቃሉ። የኮሚኒስት እሳቤ መነሻው ደካሞችን ወይም ድሆችን ለመርዳት ቢመስልም፣ ውጤቱ ግን ከዛ የተሻለ አይሆንም። ወደታች ነው የሚያስተካክለው። የሰው ልጅ እንደ ፋብሪካ ዕቃ አንድ ዓይነት አይደለም። መሬታቸውን በግፍ የተነጠቁ ገበሬዎች አልነበሩም ለማለት አይደለም። ዕርዳታ የሚያስፈልጋቸው የህብረተሰብ ክፍሎች የሉም ማለትም አይደለም። የሰው ልጅ ሊያድግ የሚችለው እንደስራውና እንደችሎታው ሲጠቀም ወይም ሲከፈለው ብቻ ነው። የጅምላ ፍርድ ከሚያሻሽለው የሚያጠፋው ይበልጣል። ነገር ግን በጊዜው በነበረው የዓለም ፖለቲካ ምዕራባዊያን አፍሪካን ለረጅም ዘመን ቅኝ መግዛታቸው ሳያንስ ነፃ ለመውጣት የታገሉትንና የሚታገሉትን በጠላትነት ሲፈርጇና የሶሻሊስቱ ስብስብ ደግሞ ትግላቸውን ሲደግፋቸው ከውጭ ሆኖ የሚያየው የኢትዮጵያ ወጣት ድጋፉን ለሶሻሊስት ፍልስፍና መስጠቱ ብዙም አያስገርምም።

የቤተሰቦቼ ታሪክ

ቤተሰቦቼም ሆኑ ቤተዘመዶቼ በጣም ሃገር ወዳድ ነበሩ። በተለይ አያቶቼና ቅድማያቶቼ ብዙ ቦታ የእናት ሃገር ጥሪ የዘመቻ ግዴታቸውን ተወጥተዋል። የተሰዉም ነበሩ። በተወለድኩበት አካባቢ ይሄ ብዙም ብርቅ አይደለም። የቤታችን ታላቅ ልጅ ስለነበርኩና ከወላጆቼም ሆነ አያቶቼ ጋር በቅርርቦሽ እያወራሁ ስላደግሁ፣ እኔም እንደነሱ እሆን ይሆን የሚል የልጅነት ሕልም ነበረኝ። የሰው ልጅ ሥነ ልቦና የሚገነባው በአብዛኛው ታዳጊ ሆኖ በሚያየውና በሚሰማው ነው። ካደገ በኋላ የሚቆልለው ትምህርትና ተሞክሮ ሥነ ልቦናውን ብዙም አይቀይሩትም፤ ያጠናክሩት እንደሁ እንጅ።

አስተዳደሬ በብዙ አያቶቼ የተከበበ እንደመሆኑ፣ በየተራ ያለኝን ትዝታ መነካካቱ የእራሴን ማንነት በይበልጥ እንድረዳ አድርጎኛል። አንድ አምጪዬ ያስታወስኩት ትዝታዬ አስተዳደሬን ፍንትው አድርጎ ይገልጸዋል። እድሜዬ ከአስር አያልፍም። የአባቴ አባት አያቴ ቤት ከጎህፀዮን ከተማ ወጣ ብሎ ያለ «ካቢ» የሚባል መንደር ከቤተሰቦቼ ጋር ለዓመት በዓል በእግር ሄጄ በሆነ አጋጣሚ እዛው አደርኩ። የመከንቱታ ወንዝ ሞልቶ ሳይሆን አይቀርም። ጎጆ ቤት አድሬ ስለማላውቅ በጣም ደስ አለኝ።

ከአያቴ ጋር መጫዋት ደስ ይለኛል። ዝምታን የሚያበዛው አፌ እሳቸው ፊት ይላቀቃል። አባቴን ብዙም አልደፍረውም። ከሳቸው ጋር ግን ሁሌ እቀልዳለሁ። ብርዱ ሃይለኛ ስለነበር እሳት ነደድና ወደ እሳቱ ጠጋ እንዳልኩ ተቆጥተውኝ የማያውቁት አያቴ ታደስ ጠመንጃ (ስማቸው ነው) ቆጣ ብለው መስፍን ተነስ አሉኝ። ምነው አልካቸው ፈራ ብዬ። እሳት መሞቅ መልመድ የለብህም አሉኝ። ጠላት ቢመጣ ብርድ መቻል ይኖርብሃል። እሳት እያነደዱ ውጊያ የለም። ይሄ ለኛ ላረጀነው ነው። ላንተ አጉል ልምድ ነው አሉኝ። አሁን እኮ ጠላት የለንም አልካቸው። "ጠላት እኮ መቼ እንደሚመጣ አይነገርህም። ሁሌ ዝግጁ ሆነህ መጠበቅ ይኖርብሃል" አሉኝ። ታዲያ ለምን እርሶ ይሞቃሉ አልካቸው። "እኔማ የልጅ ልጅ ያሁ ሽማግሌ አንተኮ የወደፊት ተስፋ ነህ" አሉኝ። ያን ጊዜ ለመጀመሪያ ጊዜ አገር የመጠበቅ ጉዳይ አአምሮዬ ውስጥ የገባበት አጋጣሚ እንደሆን ይሰማኛል። ዛሬ ድረስ ታሪኩ አአምሮዬ ገብቶ የቀረበት ምክንያትም ይህ ይመስለኛል።

እኝህ የወንድ አያቴ ታደሰ ጠመንጃ በጣም ተጫዋችና ታሪክ የማያልቅባቸው ሰው ነበሩ። አባታቸው ጠመንጃ ሮባ የአድዋ ጦርነት ጊዜ ትግራይ የዘመቱ አርበኛ ሲሆኑ፣ በስማቸው ምክንያት የመሳሪያ ግምጃ ቤት ሃላፊ ሆነው ነበር። በዚያም አብረው የዘመቱ ጓደኞቻቸው ይቀልዱባቸው እንደነበር ሰምቻለሁ። አያታቸው ከፍቼ አካባቢ እንደሚወለዱና ከራስ ዳርጌ ጋር ተጋጭተው፣ ብዙ አርስታቸውን ተወርሰው፣ ወደ ጎሃፅዮን የተሰደዱ ነበሩ። እናታቸው ደግሞ ከአዲስጌና እንሳሮ ናቸው።

አያቴ ታደሰ የኦርቶዶክስ ሃይማኖት መጻሕፍት በእጅጉ አንባቢ ነበሩ። ሲያወጉ ምሳሌያቸው ሁሉ እሱ ነው። እስራኤልን እንደሃገራቸው ነበር የሚወዷት። የስድስቱ ቀን የእስራኤልና አረብ አገሮች ጦርነት ጊዜ ሬዲዮ ስለሌላቸው አለወትሯቸው ቶሎ ቶሎ ወደ እኛ ቤት ወሬ ለመስማት በቅሏቸውን ጭነው ይመጡ ነበር። የተወለዱት በምንሊክ ዘመን ሲሆን፣ እድሜያቸውም ከአፄ ኃይለ ሥላሴ ጋር እንደሚቀራረብ አውግተውኛል። በወጣትነታቸው ብዙ የሰሜን ኢትዮጵያ ክፍለ ሃገራት ለግዳጅ ካለቆቻቸው ጋር ስለሄዱ ጫወታቸው አያልቅም። ስለ እያንዳንዱ አካባቢ ሥነ ልቦና ያውቃሉ። ወደ ጎሀፅዮን ለቅዳሜ ገበያ ሲመጡም፣ እኛ ቤት አድረው ስለሚሄዱ የቤቱ ታላቅ ልጅ ስለሆንኩ ማታ ማታ ቁጭ ብዬ አጫውታቸው ነበር። አንድ ቀን ያሉኝ ትዝ ይለኛል። "መስፍን" አሉኝ ትንሽ ጮክ ብለው እዛው እፊታቸው ቁጭ ብዬ።

"አቤት አባባ" አልኳቸው።

"ዋና ጠላታችን ያው ጣልያን ነው አይደል?" አሉኝ።

"አዎ እነሱ ናቸው" አልኳቸው።

"ግን ጣልያን እኮ ጄል ነው፤ በእንቁላል አናሰልለው ነበር" አሉኝ።

"እንግሊዝን ፍራ" አሉኝ።

"እዚህ የለኮሱት እዛ ማዶ ነው የሚፈነዳው" አሉኝ ጣታቸውን ወደ ጎጃም ማዶ ቀሰረው። ጣልያንን ለማስወጣት ንጉሱን ይዘው ቢመጡም፤ ሃሳባቸው በእጅ አዘር ቅኝ ግዛት ሊያደርጉን ነበር፤ ንጉሱ ባይጠነከሩባቸው ኖሮ አሉኝ። "ጣልያን የወረረን ጊዜ ጎሃፅዮን ከተማ ካምቦ ነበር የምትባለው። ጣልያኖች "ካምባቸውን እዚህ ስለተከሉ" አሉኝ። "ከተማዋ ስሟን ያገኘችው ከጎሃፅዮን ማርያም ነው። ከተማዋም ወደታች የተስፋፋችው ከጣልያን ጊዜ ወዲህ ነው። ድሮ ቤቶች ያሉት ቤተ ክርስቲያኗ አካባቢ ነበር። "ገበያውም አለፍ ብሎ ገበያ ጉባ ነበር" አሉኝ። "ቤተ ክርስቲያኗም የተቋቋመችው ጥንት በነ አብረሃ አፅበሃ (ኢዛናና ሳይዛና) ዘመን ነው። ታቦቱንም ያስገቡላት እነሱ ናቸው ይባላል" አሉኝ። "አባይን በታንኳ ተሻግረው ዳገቱን ወጥተው ወደ ሸዋ ሲገቡ የጧት ጎህ ስለወጣች፤ ‹‹ጎሃፅዮን›› ብለው የማርያም ታቦት አስገብተው ካህናት መድበው ወደ መሃል ሸዋ ዘለቁ። ደብረ ሊባኖስ ገዳም እንኳ የተቋቋመው ስንትና ስንት ዘመን ካለፈ በኋላ ነው። ጎሃፅዮን ማርያም ከአከሱም ጽዮን ቀጥሎ ከተቋቋሙት የጥንት ቤተክርስቲያኖች አንዷ ናት "ትንሽነቷን አትይ" አሉኝ። ይሄን ሲነግሩኝ ታሪካዊ ቦታ እንደተወለድኩ ዓይነት ደስታ ተሰማኝ። ስምንተኛ ክፍል እስከጨረስ ድረስ ከናቴ ጋር እሁድ እሁድ እዚች ቤተክርስትያን ማስቀደስ ቋሚ ፕሮግራማችን ነበር።

የጎህፅዮን ቅድስት ማሪያም ቤተክርስትያን

ትንሽ ከፍ ካልኩ በኋላ ደግሞ እኝሁ አያቴ አንድ ቀን እቤታችን መጥተው ዘር ያስቆጥሩኝ ገቡ። ወደ ኋላ ሰባት ቤት ያስቆጥሩኝ ነበር። አንዳንድ ቀን ደግሞ ከዛም ያልፉሉ። ሁሌም የሚያስቆጥሩኝ በአባታቸው ወገን ያለውን ነው። ስሞቹ የአማራና የኦሮሞ ስሞች የተፈራረቁበት በመሆናቸው አንድ ጥያቄ ጠየኳቸው። ‹‹ለመሆኑ እኛ ምንድነን አማራ ነን ወይስ ኦሮሞ?›› አልኳቸው። እኛማ የተዋለድን ቅልቅል ነን ብለውኝ ዘማች ሆኜ ያደረኩትን አንድ ነገር ልንገርህ አሉኝ (ዘመቻው የት እንደነበር ዘነጋሁት)። ከጌቶቻችን ጋር ዘመቻ ከርመን ተመልሰን ተሰለፉ ተብሎ እኔ ሰልፉ መሃል ላይ ነበርኩ። እያንዳንዱ ሰው እየሄደ ስሙን ያስመዘግባል ለለፋበት ካሣ እንዲሰጠው። ‹‹ስምህ ማነው?›› ይላል መዝጋቢው። ስምህን ትናገራለህ። አማራ ነህ ኦሮሞ (እሳቸው እንኳ ያሉኝ በጊዜው በነበረው አጠራር ነው) ብሎ ይጠይቃል። ትናገራለህ። እኔጋ ሲደርሱ። "ስምህ ማነው?" አሉኝ። "ታደሰ ጠመንጃ" አልኳቸው። "አማራ ነህ ኦሮሞ?" አሉኝ። "አማራ ኦሮሞ ብዬ መለስኩ"። "አንዱን ምረጥ ያለን ሁለት ሉክ ወረቀት ብቻ ነው" አሉኝ። እንዴት ነው ዘሬን የምመርጠው ብዬ ተቆጥቼ ቆምኩ። መዝጋቢው እንቢተኛ መሆናቸውን ሲረዳ አለቃውን ይጠራል። አለቃውም "ማነው የሚበጠብጠው" እያሉ መጡ።

ሲያዮኝ እኔ ነኝ። "ታደስ አንተ ነህ" አሉኝ ባለመገረም። አዎ "እንዴት በርስዎ ግዛት ይሄ ይፈፀማል" አልኳቸው። ካስረዳኋቸውም በኋላ እሳቸውም አንዱን እንድመርጥ ቆጣ ብለው አዘዙኝ። ተናደድኩና "እርስዎ እራሶ ምንድነዎት? አልኳቸው"።"ዘመዶቻቸውን በሙሉ እኔም የተሰለፈውም ሰው ያውቃል" አሉኝ። "በሉ ከዚህ ነገረኛ ሰው ገላግሉኝ፣ ሦስተኛ ሉክ አምጡና አማራ ኦሮሞ ብላችሁ መዝግቡትና ይሂድልኝ" ብለው አዘዘው ሄዱ። "እኔም አዲሱ ሉክ ላይ ስሜን መጀመሪያ አስመዘገብኩ። ከኔ በኋላ የተሰለፉትም አብዛኛው ሰልፈኞች በኔ ሉክ ወረቀት ተመዘገቡ። "የኛ አገር ሰው ያልተዋለደ የለም። ንጉሱም እንደኛው ቅልቅል ናቸው" ያሉኝ ምንጊዜም አልረሳውም።

ይህ ቃለ ምልልስ ከኢህአደግ መግባትና የዞር ፖለቲካ በአገሪቱ ከመራገቡ ከብዙ ዓመታት በፊት የተደረገ ነበር። አሁን ሳስበው የዞር ጥያቄ በጊዜው እንዲሞሉ የተደረገው መሬት ለመደልደል እንዲያመች ይሆናል ብዬ እገምታለሁ። ወረጃርሶ ጎሃፀዖን ደጋ ደጋው በአብዛኛው ኦሮምኛ ተናጋሪ ሲሆን፣ ቆላ ቆላው ደግሞ አማርኛ ተናጋሪ ነው። በጊዜው ይህን ታሪክ ሲነግሩኝ ያ የእርሳቸው ትግል ግዙፍ ቁምነገር በቅጡ አልገባኝም ነበር። የዞር ፖለቲካ ኢትዮጵያን ማመስ ከጀመረ በኋላ በእጉ እንዳስታውሳቸው አድርጎኛል።

አያቴ አቶ ታደሰ ጠመንጃ

ዘጠነኛ ክፍል ተማሪ ሆኜ ትምህርት ቤት ተረበሽና ጎህፀዮን ተመልሼ እኔሁን የወንድ አያቴን እቤታችን ዳግም አገኘኋቸው። ፖለቲካ ይወዱ ስለነበር ስለተቃውሞው ጠየቁኝ። ነገርኳቸው። "አዬ ልጄ እንዲሁ ነው የምትለፋት አልጋው እኮ ከተናጋ ቆሎ አይረጋም" አሉኝ። አባባሉን የተረዳሁት በጣም ከፍ ካልኩ በኋላ ነው። በጊዜው ንጉሡ የሚተኙበት አልጋ ሴላ ንጉሥ ከተኛበት ይንገጫገጫል የሚሉ መስሎኝ ሳልስቅ አልቀረሁም። ጊዜው ወጣቶች ከቤተሰቦቻችን የበለጠ እናውቃለን የምንልበት ወቅት በመሆኑ፤ ከቁም ነገር ያልቆጠርኩት ያያቴ ቃል እድሜዬ ሲገፋ አምቆዝምበት፤ ስንኝ የምቋጥርበት ሊሆን በቅቷል። በቅርቡ በቃላቸው እንዲህም ብዬ ገጠምኩበት...

አልጋው ከተናጋ ቆሎ አይረጋም ሲሉን

ባያቶች የሳቅን

ይሄው ሃምሳ አመት እንደተዋከብን

አልጋውም አልረጋ እኛም አያት ሆንን!!

እኚህ አያቴ በደርግ ጊዜ የመንደር ምስረታ ተብሎ ገጠር ውስጥ ቤቶች ሲፈርሱ እድሜያቸው ከ90 ዓመት ያልፋል። አላስፈርስም ብለው እምቢ አሉ። ብዙ ክስ ውስጥ ገቡ። እሳቸው ግን ምንም በጅ አልል አሉ። ብዙ ወራት ከተጨቃጨቁ በኋላ የገበሬው ማህበር ሃላፊዎች እቤታቸው መጥተው በሉ ጽሕፈት ቤት ኑና እንነጋገር ሲሏቸው “ሂዱ እመጣለሁ” ብለው ቀሩ። አታለው ሊያፈርሱባችው መሆኑን ስለጠረጠሩ ከአባቶቼ ቤት አልወጣም ብለው ዲሞትፈራቸውን ወልውለው ቀንና ማታ አጥራቸው ስር ሆነው ይጠብቁ ጀመር። ለወራት ከቤታቸው ሳይወጡ ቁጭ አሉ። ቀበሌዎቹም ደም አንቃባ ብለው ተዉአቸው። የአካባቢው ሰው ሁሉ ቤት ሲፈርስ የሳቸው ብቻ ሳይፈርስ ደርግ እራሱ ፈረሰ። አያቶቻችን ክብራቸውንና ማንነታቸውን ለመጠበቅ ለሕይወታቸው የማይሳሱ ጀግኖቻችን ነበሩ።

ከሀገር ከመውጣቴ ከጥቂት ዓመታት በፊት ዐይናቸው ማየት ተስኖት በጣም ስላስቸገራቸው በሃኪም አስመረመርኳቸውና መነፅር ታዘላቸው በጊዜው አገር ቤት ስለጠፋ ከህንድ አገር ከዓመት በኋላ አስመጥቼላቸው ምርቃታቸውን ቸሩኝ። "ይኸው አሁን ጎጃምን ከስንት ዓመት በኋላ ከቤቴ ሆኜ አየሁት አሉኝ"። መነፅር ማግኘታቸውን ለማንም ሳይናገሩ እርሻቸው ውስጥ እንደወትሮው ቁጭ ብለው የሚያርስላቸው ገበሬ የሚሰራውን ሲመለከቱ ውለው ማምሻው ላይ እህሉን ሰብስቦ የተወሰነውን ቆንጥሮ ወደ እሳቸው ቤት ሲወስድ ዝም ብለው ያዩታል። ከተመለሰ በኋላ እህሉን በሙሉ ማስገባቱን ይነግራቸዋል። በዝምታ ያልፉታል።

እንደድሮው መስሎት አብዛኛውን እህል ወደ ቤቱ ሊወስድ ሲዘጋጅ "እሱንስ እህል ወዴት ልትወስደው ነው ስለው የቆመበት ቀረ" ብለው አስቀውኛል።

ከኢትዮጵያ ስወጣ አያቴን ስሰናበታቸው

ከሀገር ከወጣሁ በኋላ እድሜያቸው 103 ሲሆን ብቻቸውን በአውቶቡስ እኛ ቤት አዲስ አበባ መጥተው እንዳጋጣሚ እኔ ከዚህ ከአሜሪካ ስልክ ስደውል አባባ መጥተዋል ሲሉኝ ልክ በዞች ቅፅበት ሳላናግራቸው አንድ ነገር ቢሆኑ በሚል መሳሳት በሉ እሳቸውን መጀመሪያ ላናግራቸው ብያቸው ስልኩን ስዊቸው። ለመጨረሻ ጊዜ አነጋገርኳቸው። ምልልሳችን ይህን ይመስል ነበር።

"እንደምን ነዋት አባባ?"

"መስፍን ደህና ነህ ወይ? ለምን አትመጣም?" አሉኝ።

<<ትምህርት ላይ ነኝ>> አልኳቸው የናፍቆት እንባ እየተናነቀኝ።

"አሁንም ትምህርት?" አሉኝ በመገረም።

<<አዎን>> አልኩ።

"ጨረስክ አላሉኝም እንዴ አሁን ደግሞ ምንድነው የምትማረው?"

ዶክተር ለመሆን ነው አልኩ።

"ዶክተርስ ለቤታችን ያስፈልጋል›› አሉኝ"።

"እሱ ዓይነት ዶክተር አይደለም" አልኳቸው።

"ደግሞ ሌላም ዓይነት አለ እንዴ?›› አሉኝ"።

"አዎ" አልኩ።

"ምን የሚሉት ነው"?

"በትምህርት አስተዳደርና ሂሳብ አያያዝ" አልኳቸው።

"ምን ልታደርግበት ነው" አሉኝ።

ዛሬ አለቀቁኝም ብዬ እ እ እ "ዩኒቨርሲቲ ለማስተማር ነው" አልኳቸው።
ተገላገልኩ ስል: "የት ነው የምታስተምረው" አሉኝ በከፍተኛ ፍጥነት።

እ እ እ "በኃላግ እዛው ኢትዮጵያ እመጣለሁ" አልኳቸው።

"በል እግዚአብሔር ይባርክህ" አሉኝ። የሚፈልጉትን ከልጅ ልጃቸው ሲሰሙ።
እኔም "መቼ" ብለው ስላልጠየቁኝ እግዚአብሔርን አመስግኜ እናቴንም ሳላናግር
እራሴን መቆጣጠር አቅቶኝ ስልኩን ዘጋሁት። ከስድስት ወር በኃላ ብዙም
ሳይታመሙ ሕይወታቸው እንዳለፈ ሰማሁ። ብቻዬን አፓርትመንት ውስጥ ቁጭ
ብዬ አለቀስኩ። በህይወታቸው መጨረሻ አካባቢ በኔ አሳሳቢነት ወንድሜ
ለሰዓታት ያደረገላቸው የቴፕ ቅጂ ከእቤታችን ተፈልጎ ጠፋ ብለው ሲነግሩኝ
በጣም አዘንኩ። ብዙ የሚያዋቁት የቤተሰብና የአገር ታሪክም አብሯቸው ተቀበረ።

ወ/ሮ ጥሩነሽ ቢመርቅ

የአባቴ እናት ጥሩነሽ ቢመርቅ ይባላሉ። ከካህናት ቤተሰብ አዲስኔ አካባቢ ይወለዳሉ። እኛ ቤት አብረውን ኖረዋል። በቀላሉ እናታልላቸው ነበር። በጣም የዋህና እሩህሩህ ነበሩ። አባቴ ደግሞ በጣም ብልህና የማይታለል ስለነበር ከሳቸው መወለዱ ይገርመኝ ነበር። አንድ ቀን ልጅ ሆኜ ቀዳማዊ ኃይለ ሥላሴ በጎህፅዮን አልፈው ወደ ጎጃም ይሄዱ ነበር። ያን ሰሞን ትምህርት ቤት ሁላችንም "አባባ ጃንሆይ የኛ እናት አባት፤ አሳድገውናል አሳድገውናል በማር በወተት" የሚለውን መዝሙር አስተማሪዎቻችን ሲያስጠኑን ነበር የሰከብትነው። ትርጉሙን እንዳለ ወስጀው መቼ ነው ወተት የላኩልን ብዬ እራሴን መጠየቄን አስታውሳሁ። በነገራችን ላይ አንዱም አስተማሪያችን የነበረው የቀድሞው የትግራይ ነፃ አውጪ ግንባር መሪ የነበረው ስብሃት ነጋ ነበር። ያኔ የምናውቀው በወልደስላሴ ነጋ አውነተኛ ስሙ ነበር። ከዩኒቨርሲቲ ሶስተኛ አመት ሲጨርስ ለአንድ አመት በአስተማሪነት ተመድቦ መጥቶ ነበር። በዛው ቀረና ብዙ ዓመት ሲያስተምር ነበር፤ እኔንም ያስተማረኝ። ከዓመታት በኋላ አብዮቱ የፈነዳ ሰሞን ሥስት ከፍል ይቀድመኝ የነበረ ጓደኛዬ አዲስ አበባ አራት ኪሎ ጃሊ ባር አካባቢ ይኸው ሰው "ቆርቆር ያሊየው" እያለ ዕቃዎች ተሸክሞ ሲሄድ ድንገት ፊት ለፊት ተጋጥመው፤

43

ጋሽ ወልደስላሴ ብሎ ሲጠራው ‹‹ዝም ብለህ ሂድ›› ብሎት መንገድ እንዳቋረጠ ህወሃትን እኮ እሱ ነው አሉ የሚመራው እየተባለ በሚወራበት ዘመን ነግሮኛል።

ወደ ታሪኬ ልመለስና ያ ቀን ደረሰና ጃንሆይ መጥተው ሳንቲም በእጃቸው ሲያድሉን እኔ አዲስ የምታበራ ሽልንግ ደረሰችኝ። እንደዛ አይነት ሰው ያልነካት አዲስ ሳንቲም አይቼ አላውቅም። እቤት ይገፍያት ስገባ ለእኚሁ አያቴ አሳየኋቸው። “በል ከንጉሱ እጅ የወሰድከው በረከት ስለሆነ በፍፁም እንዳታጠፋው አስቀምጠው” አሉኝ። ከልባቸው ነው። እኔም እውነት ይሆን እንዴ ብዬ በእንቁጣጣሽ አበባ ገንዘብ በገዛኋት አዲስ ሳጥኔ ውስጥ ቆልፌ አስቀመጥኳት። ከዛ በኋላ ለሳምንታት ባያት ባያት አትበረከትም። አውጥቼ ብስኩት ገዝቼ በላሁባት። ምናልባት በረከቱ በሌላ መልክ ደርሶኝ እንደሆነ አላውቅም። እኝህም "ካረጁ አይበጁ" እያሉ የሚያስቁን አያቴ ከሀገር ከለቀኩ በኋላ ከዚህ አለም በሞት ተለይተዋል።

ትንሽ ከፍ ካልኩ በኋላ ደግሞ የአዲስ አበባ ትምህርት ቤቶች ረብሸዋል ተብሎ ሲወራ ሰማን። እኛስ ከማን እናንሳለን በሚመስል ከኛ ትንሽ ከፍ ያሉት ልጆች ሰላማዊ ሰልፍ እንውጣ ብለው እዛችው ትንሽ ከተማ ውስጥ ወጣን። ተራ በተራ እየተቀባበሉ መፈክሩን ይመሩታል። ደህና ከሄደ በኋላ አንዱ ከኔ አነስ ያለ ልጅ “ተቀበል” አለ። “ጥላሁን ለምን ለምን ሞተ” አለ። እኛም ደገምነው። ማርታ ለምን ለምን ሞተች ማለት ሲገባው “ሂሩት ለምን ለምን ሞተች” አለ። ሁላችንም በሳቅ አለቅን። ልጁ ለካ ከያንያኑ ጥላሁን ገሰሰና ሂሩት በቀለ የተገደሉ መስሎታል። ሰላማዊ ሰልፉም በዛው ተበተነ።

በእናቴ በኩል አያቶቼ ባላንበራስ ወርቁ ወልደማሪያምና ወ/ሮ አየለች ስጉ

እኛኛው የወንድ አያቴ (የናቴ አባት) ባላንበራስ ወርቁ ወልደማርያም የታወቁ ጠበቃ እንደነበሩ ይነገራል። አባታቸው ወልደማሪያም ብሩ የኦርቶዶክስ ሃይማኖት ሊቅ ነበሩ ይባላል። ብሩ በናታቸው ከጎጃም ስለነበሩ ልጃቸውን ወልደማሪያምን ዋሽራ ልከዋቸው የተሚላ የቤተክርስቲያን ትምህርት ተምረዋል። ቅማያቴ ብሩ ደግሞ ከጎጃም መልስ አባይን በዋና ሲሻገሩ አዞ የሳንባቸውን ግማሽ ቦጭቆ ወስዶት ወጌሻ ቅል አስገብቶላቸው ብዙ ዓመት ኖሩ ይባላል። ባይተርፉ ኖሮ እኛ ሁሉ ቀርተን ነበር።

ገና ሦስት ዓመት ገደማ ሲሆነኝ አያቴ ወርቁ ስለሞቱ አላስታውሳቸውም። ፍራንክ ይሰጡኝ ስለነበር ሲሞቱ ለቅሶው ላይ "አባብዬ ፍራንክዬ" ብዬ አለቀስኩ ተብሎ የቤተሰብ መሳቂያ ሆኜ ነበር። እሳቸውን ሳስብ ግን በሚገርም ሁኔታ መንገድ ላይ ወጥቼ ስቀበላቸው ብልጭ የሚል ትዝታ አይምሮዬ ውስጥ ይመጣል። ሁለቱ የወንድ አያቶቼ (እነሁ አያቴ ወርቁ ወልደማሪያምና ቀደም ብዬ በሰፈው

ያነሳኋቸው ታደስ ጠመንጃ) በጣም የሚዋደዱ ጓደኛሞች ነበሩ። ሁሉቱም የወንድ አያቶቼ ከፍቼ አካባቢ ማግባታቸው በአጋጣሚ አይመስለኝም። ስላሴ ፍቼ ለዘመናት የሃገሪቱ ሁለተኛ የስልጣን ማዕከል ነበር። የአጤ ምንሊክ አጎት ራስ ዳርጌ፤ ደጃዝማች ተፈሪ መኮንንና በኋላም ራስ ካሳ የስላሴ ገዢ በነበሩበት ወቅት መቀመጫቸው ፍቼ ነበር። ከዛ የስልጣን ማዕከል ለመቀራረብ ያደረጉት ይሆናል ብዬ እገምታለሁ። ሁለቱም የደጃዝማች ዘውዱ አባኮራንና የቀኛማች የማነብርሃን አባኮራን አገልጋዮች ነበሩ። ወንድማማቾቼ ከራስ አበበ አረጋይ ጦር ጋር ጥምረት ፈጥረው ለአምስት አመታት ጣሊያንን በአርበኝነት የተዋጉ አርበኞች ነበሩ። የመሬት ግብራቸውን የሚሰበስቡላቸው አያቶቼ ነበሩ። ወንድማማቾቼ በመሬት ተጣልተው ፍርድ ቤት ሲከራከሩ ፍርድ ቤት ሄደው የሚከራከሩት እኔህ ምስኪን ሁለቱ አያቶቼ ነበሩ። ሽንጣቸውን ይዘው ለጌቶቻቸው ሲከራከሩ ይውሉና ሲያበቁ ተያይዘው ወደ ገጠር ቤታቸው እየተጫዋወቱ በበቅሎ ይሄዱ ነበር። ፍርድ ቤት ያዮዋቸው ሰዎች ይህን ሲያዩ ሁሌም ግርም ይላቸው እንደነበር እናቴ ነግራኛለች። የልብ ወዳጆችና ጎረቤታሞችም ነበሩ። አባቶቻቸውም (ቅድመ አያቶቼ) እንዲሁ የቅርብ ወዳጆች ነበሩ አሉ። ሦስተኛው ትውልድ አባቴ ገናናው ታደስ ግን እንዳባቶቼ የእናቴ ወንድም ከፋለ ወርቁ ጓደኛውና ሚዜውም ቢሆንም በወዳጅነት ብቻ ወደ አራተኛ ትውልድ መቀጠል አልፈለገም። ወደ ሌላ ደረጃ አሳደገው።

ታሪኩ እንደዚህ ነው። ያኔ በዮሳምንቱ የሚረበሸው ትምህርት ቤት እንደገና ተረበሽና ጎሃፀዮን ተመልሼ አያቴ ታደስ ጠመንጃ እንድ ቀን ቁጭ አድርገውኝ "እንደኔ እኮ ቢሆን እናንት ሁሉ አትወለዱም ነበር" ሲሉኝ ከው ብዬ ቀረሁ። እንዴት አልካቸው ልክ እንደትልቅ ሰው። ሁሌም እንደሚሉት "እንዴት ማለት ጥሩ ነው" ብለው ወደ አላሰብኩት ኍዛዜ የሚመስል ታሪክ ውስጥ ገቡ። ጊዜው

ጣልያን ኢትዮጵያን ወርሮ የያዘበት ወቅት ነው። የናቴ አባት ወርቁ ወልደማርያም በጣልያን ላይ ሽፍተው ሳለ የጣልያን ወታደሮች ገጠር ውስጥ ገብተው አሰሳ ሲያደርጉ፤ እሳቸው ወደ እቤታቸው መምጣታቸውን ሰው ጠቁሞባቸው ከቤታቸው አጥር ውጭ ሁለት ጣልያኖችና የተወሰኑ ያገሩ ሰዎች በቀን ሲመጡ ቀድመው እሳቸው ያዩዋቸዋል። ተኳሽ አያቴ ሁለቱን ጣልያኖች ነጥለው ይገሏቸዋል። ሌሎቹ ያካባቢው ሰዎች ፈርተው ፈርጥጠው ይበተናሉ። ሌላ ሃይል ሳይመጣ ቤተሰባቸውን በሁለት በቅሎ ይጭኑና ከዛ በፍጥነት ይሰወራሉ። ከዛ በኋላ ወደ ቤታቸው ሳይመለሱ በዛው ይሸፍታሉ። ይህን የመሰከሩት ሴቲ አያቴ አየለች እንግዲህ ሰዎች በራችን ላይ ገለሃል ሄድና ለቁስ ተናዘዝ ይሏቸዋል። ባላንበራስ ወርቁ ግን ሊገለኝ ቤቴ ድረስ የመጣ ጣልያን መግደሌ ምንም ሃጥያት አይደለም በፍቱም አልናዘዝም ብለው እምቢ ይላሉ። ጊዜው አልፎ ጣልያን በወጣበት ዓመት ላይ እናቴ ተዋበች ትወለዳለች። ባላንበራስ ወርቁ እንደ ሸፈቱ ስለነበር ለሊት መጥተው ያይዋትና ይሄዳሉ። ጓደኛቸው እኛኛው አያቴ ታደሰ ጠመንጃ የልጅቷ ክርስትና መድረሱን ሲያውቁ ገነፀዮን ማሪያም ክርስትና ብትነሳ ጣልያን ገና ጠቅልሎ ስላልወጣ ይተናኮሏቸዋል ብለው ለሊት ይሄዱና ሕጻኗን (እናቴ ተዋበች ወርቁን) በአገልግል ውስጥ ይከቱና ከእናቷ አየለች ስጉ ጋር በበቅሎ የሁለት ቀን መንገድ ሄደው አቦቴ የሚባል መንደር አንድ ዘመድ ቤት ወስደው እሁድ ቀን ሲደርስ፤ ጊዮርጊስ ቤተክርስትያን ክርስትና ያስነዷታል። ስነባብተው ወደቤታቸው ይመለሳሉ። ይህች ልጅ አድጋ አቅም ሔዋን ትደርሳለች። ልጃቸው አባቴ ገናናው ታደስ ይህችን ያባቱን ጓደኛ ልጅ ይመኛታል። አባትየው ጉዳዮን ሲሰሙ ያብዳሉ። እንዴት እሀትሀን ማግባት ትመኛለህ ብለው ይጣሉታል። አባቴ ግን ነገሩን ገፍቶበት ሽማግሌ ይልክና አባቷን ባላንበራስ ወርቁን ያስለምናል። እሳቸው ደግሞ እሺ ይላሉ። የሰርጉ ቀን ደርሶ ስርገኛው ወደ ሴቲ ቤት ሲሄድ

እኝሁ ጉደኛው አያቴ ታደስ አሁንም ልጃቸውን አኩርፈው ስለነበር ከሁለቱም ሳልሆን እንዳልቀር ብለው መሰለኝ የእናቴ ቤት ይቀመጣሉ። ይህን ታሪክ ከነገሩኝ በኋላ እንዲህ አሉኝ። "እኔ አባትህ ማሚቱን (እናቴን የሚጠሯት ማሚቱ ብለው ነው) ሲለምናት ያራቅኳት መስሎኝ ነው። ሞኝ እንደሆንኩ ያወኩት እናንተ ተወልዳችሁ ሳይ ነው። ወዳጅነታችን የወንድም ያህል ስለነበር በጋብቻ ጭራሽ እንደሚጠብቅ ዘንግቸው ነበር" አሉኝ። "ነፍሱን ይማረውና ወርቁ ግን ገብቶታል። እሺ አለ ሲሉኝ ገርሞኝ ነበር" አሉኝ።

አያቴ አየለች ስጉ ልክ እንደ እናቴ በጣም ብልህ ሰው ነበሩ። አባታቸው ባላንበራስ ስጉ የታወቁ አርበኛና የራስ ካሣ ሹም ነበሩ። በአንድ ወቅት የወሎ ቦረና ገዢ ነበሩ ተብያለሁ። እዛም ልጆች እንደወለዱ ይነገራል። በማይጨው ጦርነት ወቅት ሲዋጉ ከአውሮፕላን በተጣለ ቦንብ ከወታደሮቻቸው ጋር ተሰውተዋል። ለዚህም አርበኝነታቸው አባታቸው ከፍቼ ወጣ ብሎ አሪር የሚገባል ስፍራ በተሰጣቸው መሬት ላይ አያቴ እስከሚያልፉ ድረስ ይኖሩበት ነበር። እኝህ አያቴ ገና ዩኒቨርሲቲ እንደገባሁ አንድ ቀን እቤት መጥተው አንድ ነገር ልጠይቅህ አሉኝ። ከዛ በፊት ልጠይቅህ ብለውኝ ስለማያውቁ ዩኒቨሲቲ መግባቴ ትልቅ ከበሬታ እንደሰጠኝ ተሰማኝ።

"ለመሆኑ አስረኛ ከፍል ስትገቡ የሚያስተምሯችሁ ነገር ምንድነው?" አሉኝ።

"ያው ትምህርት ነዋ" አልኳቸው ዝርዝር ውስጥ ሳልገባ።

"እሱን አላልኩህም" "ፀባይ የሚቀይር ነገር አያስተምሯችሁም ወይ" አሉኝ"።

"እንደሱ ነገር የለም" "ለምን ጠየቁኝ" አልኳቸው።

"አያይ ልጆች እዛች አስረኛ ክፍል ሲገቡ ፀባያቸው ቅይርይር ይላል ምናልባት ከሚማሩት ትምህርት እንደሁ ብዬ ነው" አሉኝ።

"እድሜያቸው ይሆን ይሆናል አልካቸው"።

"ስንት ልጅ አሳድጌ" "አሁን በሚያድጉት ልጆች ላይ ነው እኮ የማየው አሉኝ"።

"እንግዲህ ጊዜው ተቀይሮ ይሆናል" አልካቸው። እዚህ ሁሉ ምርምር ውስጥ መግባታቸው ገርሞኛል።

ወንድሜ እንደከረረኝ ደግሞ ሊቀመንበር መንግስቱ ለመጨረሻ ጊዜ ከፓርላማው ሰዎች ጋር ያደረገውን ስብሰባ አያቴ አየለች በቴሌቪዥን ይከታተሉ ነበር። ያን ቀን ደግሞ "ይሄ ሰውዬ ጥሎን ሊጠፋ ነው" አሉ። "እንዴት እንደዚህ አሉ?" ብሎ ወንድሜ ፋሲል ይጠይቃቸዋል። "አቀማመጡን እዮት" "ይቁነጠነጣል" "ውጩ ውጩውን ነው የሚያየው"። "ደፍሮ ሰዉን እንደድሮው አያይም"። "የሚከዳ ይመስለኛል" አሉ። እንዳሉትም ሰውየው በሳምንታት ውስጥ አገር ጥሎ ጠፋ። እውቀት በዘመናዊ ትምህርት ብቻ እንደማይገኝ ያረጋግጣል። ከልጅነታቸው ጀምሮ የስኳር በሽታ ስለነበረባቸው ሁልግዜ ጥቁር ጤፍና ቅባት የሌለው ምግብ ብቻ ይበሉ ነበር። እኛም ነፍስ ስናውቅ ይህንኑ እናይ ነበር። ዘመናዊ ሃኪም በሌለበት አካባቢ ይህንን ፅውቀት ከየት እንዳገኙ እርግጠኛ አይደለሁም። አንድ ቀን እንኳን ተሳስተው ነጭ ጤፍ እንጀራ ወይም ቅባት ያለው ምግብ ሲበሉ አላየሁም። በጣም ጠንቃቃ ስለነበሩ እስከ 100 ዓመት ድረስ ኖረው አልፈዋል። በነገራችን ላይ ሶስቱ አያቶቼ ከመቶ ዓመት ያላነስ ዕድሜ ኖረዋል። ወላጆቼ ግን ለዛ አልታደሉም።

አባቴ አቶ ገናናው ታደሰ

አባቴ አቶ ገናናው ታደሰ ሰላሌ አውራጃ ውስጥ በጊዜው ትልቅ እውቅና ያገኘ ነጋዴ ነበር፡፡ ከገበሬነት ተነስቶ በልጅነት እጎቱን መንግስቱ ጠመንጃን በማየት በአካባቢው ብዙም ያልተለመደ የጨርቅ፣ ቡና የእህል ንግድ ውስጥ ገባ፡፡ ሱቅም ከፈተ፡፡ ከአስር ዓመት ንግድ በኋላ ዕድሜው 29 ዓመት አካባቢ ሲሆን አታንታ (Ottanta) የሚባል የጣልያን የጭነት መኪና ገዝቶ እኔ የተወለድኩ ቀን ሌሊቱን ከአስመራ እራሱ እየነዳ ጎህፀዮን መጣ፡፡ በዛም ምክንያት ልጅ ሆኜ የእኔ የቤት ስም አታንታ ነበር ፡፡ በዛን ፉፋ ይላል ዶፉ እየተባለ በሚዘፈንበት ዘመን በአካባቢው እንኳን የመኪና ባለቤት መሆን ይቅርና መኪና መንዳት መቻል እንደረቀቀ ስልጣኔ ይታይ ነበር፡፡ በጊዜው ሰላሌ አውራጃ ውስጥ የእሱን ያህል የንግድ መኪኖች ያለውሰው አልነበረም፡፡

እንዲህም ተብሎ ይዘፈን ነበር፡

"በትሬንታ ኳትሮ ይጫናል በርበሬ
አንቾም ወደአገርሽ እኔም ወደአገሬ"

አባቴ ለጎህፅዮን ከተማ እድገትና ለብዙ ሰዎች ንግድ ውስጥ መግባት ምክንያት ሆኗል። በዛ እድሜው ከምንም ተነስቶ በራሱ ጥረት እዛ በመድረሱ ብዙዎች ያደንቁት ነበር። ንግዱን የሚያካሂደው ሰላሴ፣ ጎጃም፣ አዲስ አበባ ነበር። ወንድሞቹንም (ስዮምና ተስፋዬ ታደሰ) ንግድ ውስጥ አስገብቷቸው ጎህፅዮን ውስጥ ጎላ ብለው የሚታዩት ብዙዎቹ ዘመዶቹ ነበሩ። በአካባቢው ያሉ ነዋሪዎችም የእሱን እርዳታ በመጠየቅና አብሮ በመነገድ የተሳካላቸው ነጋዴዎች ሆነዋል። ከጎህፅዮን 15 ኪ.ሜ. ርቃ የምትገኘው ቱሉ ሚልኪ ከተማም የተቋቋመችው ከሱ ጋር በሚነግዱ የአካባቢው ተወላጆች ነበር። በ1950ዎቹ ውስጥም በጋርባ ጉራቻ ከተማ ለመጀመርያ ጊዜ የኤሌክትሪክ መብራት አስገብቶ ከትንሽ ጊዜ በኋላ በገበያ እጥረት ምክንያት አቋርጦታል። ይህንንም ያወኩት ሁለተኛ ደረጃ ት/ቤት ስገባ እንዳጋጣሚ የአባቴ ሳጥን ውስጥ ገብቼ ዕቃ ስፈልግ ማህተሙን አይቼ ነው። አዲስ አበባም ቡና ቤት ከፍቶ ነበር። ይህንን አደረኩ ብሎ እቤት ውስጥ ስለማይናገር ብዙዎቹን የሱን ስኬቶች የምንሰማው ከውጭ ሰው ነበር።

ቀዳማዊ ኃይለ ሥላሴ ከሥልጣናቸው ከመውረዳቸው ሦስት ዓመት በፊት ንግዱን ትቶ ወደ እርሻና ከብት እርባታ መግባት ወሰነ። አንደኛውን መኪናውን ሸጦና ገንዘብ ተበድሮ ትልቅ የከብት እርባታ ለማስፋፋት ቱሉ ሚልኪ አካባቢ አንድ ጋሻ መሬት ለም መሬት ገዝቶ፣ እራሱ ቆም በሽ አሳጠረው። እኔንም በመኪና ወስዶ

እያሳየ ሁለተኛ ደረጃ ትምህርት ቤት ገብተህ ስትጨርስ እርሻ ኮሌጅ ገብተህ እርባታውን ታካሂዳለህ ይለኝ ነበር። የቤቱ ታላቅ ልጅ ስለነበርኩ ኃላፊነት እንድወስድ ያዘጋጀኝ ነበር። የፈረንጅ ላሞች በብዛት ከውጪ አገር ግቢ ፈፅሞ እየተጠባበቀ ሳለ፣ የኃይለ ሥላሴ መንግሥት ወርዶ አገሪቷ በለውጥ ታመሰች። በኅላም መሬት ተወረሰ። ለብድር መያዣ የተያዘውም መኪኖቹ ስለነበሩ፣ የተበደረውንም ገንዘብ እንዲከፍል ባንኩ ከስ መሰረተበት። አባቴ በዚህ ምክንያት በመበሳጨቱ ለበሽታ ተዳረገ። መሬት ቀርቶ የእህል ወፍጮ እንኳን ያላቸው ባለንብረቶች አድኃሪና አቆርቋዥ ይባሉ ጀመር። ሁልጊዜ በህብረተሰብ ውስጥ ትልቅ ለውጥ ሲመጣ የሚደመጡትና አመራሩን የሚጨብጡት ግራና ቀኙን የሚያዩ ሳይሆኑ ቁረጠው ፍለጠው የሚሉ ፅንፈኞች ናቸው።

የመሬት አዋጅ የወጣ ቀን የእድገት በሕብረት በዘመተኩበት ፍቼ ከተማ ሰልፍ እንድንወጣ ታዘን "አድኃሪ ይውደም" እያልን ወደ ከተማ ስንሄድ፣ ባጋጣሚ አባቴ የከተማው መነሀሪያ አካባቢ የቀረችው አውቶብስ ውስጥ ቁጭ ብሎ ሲያየን አየሁና፤ ከሰልፍ ወጥቼ መኪና ውስጥ አነጋገርኩት። ፈቱ እንደዛ ጠቁር አይቼው አላውቅም። ሂድ ከነሱ ጋር ሁን አለኝ ለኔ በማሰብ። ትንሽ ካደኩ በኅላ ሳስበው እሱ ከልጅነት እስከ አውቀት ሳንቲም ቆጥሮ ያጠራቀመውን ንብረት (እንዳሁኑ ኢትዮጵያ የአቁራጭ ዕድገት አልነበረም) በአንድ ጀንበር ሲነጠቅና ልጁ ሰልፍ ወጥቶ ‹‹አድኃሪ ይውደም›› ሲል ሲያይ ምን ሊሰማው እንደሚችል ሳስበው በጣም ይጸጽተኛል። አንድ ቀን ከኅደኞቹ ጋር ሲጫወቱ የሰማሁትን አስታውሳለሁ።

ድሮ ጭነት መኪናውን እየነዳ ነጃም መተክል እህል ሊገዛ ሲሄድ በየጊዜው የሚያጋጥመውን ችግር ነበር ለኅደኞቹ የሚያወጋው። መንገዱ ጭቃማ ስለነበር

መኪናው ለቀናት ነማው ይሰምጥና ሙሉ የጭነት መኪና ኩንታል አህል ከረዳቱ ጋር ተሸክመው አውርደው መኪናውን ከጭቃ ያወጡና እንደገና ይጭኑና መኪናውን እየነዳ ይመለሱ ነበር። አንዳንድ ቀን ከጎጃም ሲመጣ ልብሱ ለምን ቁሸሸ ብሎ እንደሚመጣ የገባኝ ያን ቀን ነው። በጊዜው በልጅነት አይምሮ ባለመኪና ሆኖ ለምን በሰው አያስራም ብያለሁ። ይኸው የስራ ፍቅሩ ባለመኪና እንዳደረገው የገባኝ ካደኩ በኋላ ነው። እንደዚህ ሰርቶ የለፋበትን ገንዘብ ነበር የተነጠቀው። አብዮቱ የብዙ ጊዜ ጭቆና ውጤት ሆኖ ሳለና የመሬት ዓዋጁም በግፍ መሬታቸውን የተነጠቁ ገበሬዎችን ጥያቄ የመለሰ መሆኑ አይካድም። ነገር ግን እንዳባቴ ያሉ ለፍተው ጥረው መሬት ገዝተው የከብት እርባታ ለማስፋፋት ወይም የግብርና ውጤቶችን ለማሳደግና ሀገርን ከረሃብተኝነት ለማላቀቅ መንቀሳቀስ የጀመሩ የስፋፊ እርሻ ባለቤቶችን መሬት፣ በጅምላ ፍርድ ያለምንም ካሣ መንጠቁ ግለሰቦቹን ብቻ ሳይሆን ሀገሪቱን እስካሁን ላለው ችግር ዳርጓታል። አንድ ሰው በንብረቱ ላይ ሙሉ ዋስትና ከሌለው እድገትና ብልፅግና አይታሰብም።

በዚያን መጥፎ ጊዜ ማንንም ሰው ቀበሌዎች በሚገድሉበትና ነፃ እርምጃ በተፈቀደበት ወቅት ከአባቴ ጋር ከአዲስ አበባ ወደ ጎህፅዮን ዓመት በዓል ለማክበር በቤት መኪና እንሄዳለን። ቀደም ሲል ከተማው ውስጥ ትጥቅ ያላቸሁ ሰዎች ቀበሌ መጥታችሁ መሳሪያችሁን አስረክቡ ተብሎ በአባቴ አስተባባሪነት ሕዝቡ አንስጥም ብሎ ተቃወመ። ጉዳዩ ወደ አውራጃው ሄዶ ባለሥልጣኑን አባቴ በጣም ያውቃቸው ስለነበር፣ አነጋግሮ መሳሪያቸውን ሳይፈቱ ይቀራሉ። የወረዳ አስተዳዳሪው በአባቴ ላይ ቂም ቋጥሮ ኖራል። አሁን በዜድን በሁለተኛው ቀን በጧት ተነስተን ወደ አዲስ አበባ ስንመለስ፣ የወረዳው አስተዳዳሪና የፖሊስ አዛዥ ከከተማው አምስት ኪ.ሜ. መንገድ ላይ አንደኛዋ አክስቴ ፀዱ ታደሰ መኖሪያ ቤት

አካባቢ በሞተር ቢስኪሌት በጠዋት ወጥተው ማሽኒንጋናቸውን ይዘው ይጠብቁን ኖራል። የሱን መኪና ሲያዩ መሃል መንገድ ላይ ቆመው አፈሙዛቸውን ደግነው አስቆሙት። አባቴ ወዲያው ሽጉጡን ከመኪናው ኪስ አውጥቶ እግሩ ስር አደረገው። ቢቃ አለቀልን አልኩ ለራሴ።

በሹፌር በኩል ያለውን መስታወት በትንሹ ዝቅ አድርጎት ‹‹ምን ፈልጋችሁ ነው?›› አለው አስተዳዳሪውን። ድሮ እርስ የሚለው አስተዳዳሪ "አንተ የእናት ሃገር ጥሪ ለምን አትከፍልም" ይለዋል። አባቴ "መጀመሪያ ከፍለሃል ወይስ አልከፈልክም ብለህ ጠይቅ›› ይለዋል። አስተዳዳሪውም በፍጥነት "ከከፈልክ ደረሰኝ አሳየኝ" ይላል። አባቴ ቦርሳውን ከኪሱ አውጥቶ በጣም ቀስ ብሎ እያንዳንዱን ወረቀት እያወጣ እየመለሰ ሰውየውን ካናደደውና አቋቋማቸውን ከቃኘ በኋላ አንድ ደረሰኝ አውጥቶ በመስታወት ውስጥ ያሳየዋል። አስተዳዳሪውም "ስጠኝ ደረሶኹን" ይላል። አባቴም "ማንበብ ከቻልክ በመስታወቱ አንብብ" ይለዋል። አስተዳዳሪው ከነማሽኒንጋኑ ቀረብ ብሎ ደረሶኹን አየና "ይሄማ አዲስ አበባ ነው የተከፈለው ይላል።" አባቴም "እዚህ ሌላ የደረስ (የአባቱን ስም ዘነጋሁት) ግዛት መኖሩን አላወኩም" ይላል። አስተዳዳሪውም ማሽኒንጋኑን በሱ ላይ አነጣጥሮ ከመኪናው ፌት ቆሟ "በል ዞርና ወደ ከተማ ተመለስ ይለዋል"። አባቴ አሁን መስታወቱን በደንብ ዝቅ አድርጎ "እሺ ከመንገዱ ውጣና ልዞር ይለዋል"። "ወደኋላ ሄደህ ዞር ይላል"።

እልኸኛው አባቴ ሳልቀደም በሚል መኪናውን ማርሽ አስገብቶ ፍሪሲያኑን ምንጭቅ አድርጎ ገጮቾት ሊያልፍ ሲል ሰውየው ይዘልና ወደ መንገድ ዳር

ይወድቅና ይተርፋል። ኌላ ወንበር ከአክስቴ ልጅ ካሳሁን ጋር ቁጭ ብዬ ወደ ኌላ ዞሬ ላይ ሰውየው ከወደቀበት ተነስቶ ማሺንጋኑን ወደ እኛ አዙሮ ከርቀት ለመተኮስ እንደ ማነጣጠር ይልና እንዴት እንደሆን አላውቅም ሳይተኩስ ይቀራል። ወዲያው በሞተር አይደርስብታለሁ ብሎ መሰለኝ ይከተለን ጀመረ። አባቴ በጊዜው ይነዳው የነበረው 504 ፔጆ በጣም ፈጣን ስለነበር ጭራሽ ወደኌላ አየቀረ ለአይን ሁሉ አልታይ አለ። በመሃል ከፊት ወንበር የተቀመጠውና ከኛ ጋር ወደ አዲስ አበባ የሚሄደው የአባቴ የአጎቱ ልጅ "እንተ በጉልበትህ አመለጥክ እኛ አሁን እንዴት በሰላም እንኖራለን ከዚህ በኌላ?" ይላል። አባቴ መኪናውን አቁሞ "ውረድ" ይለዋል። ሲጨቃጨቁ እኔ ዞሬ ወደ ኌላ ሳይ ያ ሞተር ቢስክሌት አየቀረብ ሲመጣ ይታየኛል። ሰውየው አየመጣ ነው እላለሁ። መኪናው እንደገና ጉዞ ይጀምራል። አባቴም "እንደናንተ አይነቱ ደካማ ነው ባለሥልጣኑን የሚያጠግበው" ብሎ መንገዱን ቀጥሎ ሦስተኛው ከተማ ላይ ስንደርስ መንገዱ ጭራሽ በኬላ ተዘግቶ ጠበቀን። ያ አስተዳዳሪ ሁለተኛው ከተማ ጋርባ ጉራቻ ሲደርስ የሚቀጥለው ከተማ ደገም ደውሎ ነው ያዘጋው። መኪናውን በኬላው ስር አቅርቦ አቆምና ሲጠይቅ "አቶ ገናናው አስተዳዳር ቢሮ ይፈለጋሉ" አለ ረጋ ያለው አብዮት ጠባቂ ጠመንጃውን ትከሻው ላይ አድርጎ። እንደገና ኬላውን ሰብሮ አመለጠ። የዛን ቀን ሕይወታችን በቀጭን ሸቦ አመለጠች። ደፋር ባይሆን ኖሮ አደጋ ይደርስብን እንደነበር አልተጠራጠርኩም። ከዛ በኌላ በሸዋ ክፍለ ሃገርና የአውራጃው ጽሕፈት ቤት ከስ መስርቶበት፣ ሊገለን የነበረው አስተዳዳሪ ጭራሽ ከዛ እንዲቀየር ተደረገ። አባቴ በጣም ተጫዋች፣ ሥራተኛና ሲነካ ግን በጣም ደፋርና ኀይለኛ ነበር። ሌሎችም ተመሳሳይ ተጽዕኖዎች በየጊዜው ይደርስበት ነበር። በ54 ዓመቱ ሕይወቱ ያለፈው እኔ የዩኒቨርሲቲ ትምህርቴን ጨርሼ ስራ እንደያዝኩ ነበር። በዚህ ዕድሜው ውስጥ ግን ከፈፀማቸው የኑሮ ስኬት በተጨማሪ ዘጠኝ በራሳቸው

የሚተማገሙኑ፤ ታታሪ፤ በትምህርታቸውም በኖሯቸውም የተሳካላቸው ልጆች ከእናቴ አፍርቶና አሳድጎ ለቁምነገር ማብቃት መቻሉ አሁን አባት ሆኜ ሳስበው ይገርመኛል::

እኔና እናቴ ሂውስተን ከተማ ውስጥ

እናቴ ወ/ሮ ተዋበች ወርቁ የወለደችኝ በልጅነቷ ስለነበር አሳደገችኝ ከማለት አብረን አደግን ማለቱ ይቀለኛል:: ጸባይዋም በጣም ርህሩህ፤ ሃይማኖተኛ፤ ታጋሽ ዘመድ ወዳድና የሁሉ ሰው እናት ነበረች:: አባቴ ባብዛኛው እቤት ስለማይኖር ይህን ሁሉ ልጆች አሳድጋ ለቁምነገር አብቅታለች:: ድሮ ያያቸውንና የሰማቸውን ልክ እንደትላንታና አድርጋ በዝርዝር ታስታውሳለች:: በአሜሪካ አንዳንድ ስለ ኢትዮጵያ የምጽፋቸውን ነገሮች ሰዎች እየነገራት መንግሥት ያለሁበት አገር መጥቶ አንድ ነገር ያደርጉኛል እያለች ያለምክንያት ስትጨነቅ ኖራለች:: ከአንድም ሁለቴ አሜሪካ መጥታ ጠይቃናለች:: ልጆቼንም አማርኛ ስታስተምራቸው እንደነበር ልጆቼም ያስታውሳሉ:: በሷ ግን በጣም እየታመመች ስለመጣች ለጥቂት ዓመታት

እኔጋ ከዛ ሎሳንጀለስና ሜሪላንድ ያሉ ወንድምና እህቶቼ ጋር ስትታከም ቆይታ ወደ ኢትዮጵያ ከተመለሰች በኋላ፤ ከዚህ ዓለም በሞት ተለይታለች። እኔም በጊዜው በነበረው ፖለቲካ ምክንያት ወደ ኢትዮጵያ በመሄድ ቀብራ ላይ እንኳን መገኘት ባለመቻሌ አዝኛለሁ። ውጮ የምንኖርና እንዳቅማችን ለኢትዮጵያ ሰላም፤ ዲሞክራሲና እኩልነት የምንታገል ሰዎች እንደኛው ፀፀታችን ይሄ ነው።

ወንድሞቼ: ከግራ ወደ ቀኝ ሃይለማሪያም፤ አምዴ፤ እናቴ፤ እኔ፤ ነጋ በአሜሪካ

እኔ ከሃገር ስወጣ እንደአባት ሆኖ ቤተሰባችንን ያስተዳደረው ታናሽ ወንድሜ አሸብር ገናናው

እህቴ ትንቢት፤ልጆቹ፤የወንድሜ ልጅና የአክስቴ ልጅ

እናቴን ለመጫረሻ ጊዜ ስንሰናበታት ከአክስቴ ብርቱካን ጋር

እናቴ ከወንድሜ ከካፕቴን ሀይለማርያም ጋር ወደ ኢትዮጵያ ስትመለስ

የአክስቴ ልጅ ፀሃይና ልጆቹ፣ የአጎቴ ልጆች

ከወንድሜ ጌታቸውና ቤተሰቦቹ ጋር

ከወንድሞቼና የወንድሜ ልጆች ጋር በኢትዮጵያ

ከባለቤቴ ወላጅ ቤተሰቦች ዶ/ር ታደለ ገብረ ህይወትና ወ/ሮ ፀሐይ ተገኝ ጋር

ኑሮ በአዲስ አበባ

የዕድገት በሕብረት ዘመቻን እንዳቋረጥኩ ሰላሴን ትቼ ኑሮዬን ወደ አዲስ አበባ አደረኩ። ለጥቂት ዓመታት ውሎዬም በአብዛኛው መርካቶ አውቶቡስ ተራ አካባቢ ሆነ። ወጣቱ በጅምላ ይታሰርና ይገደል የነበረበት በጣም አሳዛኝ ጊዜ ነበረ። ሲዘመርለት የነበረው ደርግ ወደ ፋሺስትነት ተቀየረ። እኔም አንድ ሦስት ጊዜ ከአደጋ አምልጫለሁ። በጣም ብዙ ወጣት ሕይወቱን አጥቷል። የተወሰኑ የክፍል ጓደኞቼም የመገደል እጣ ገጥሟቸዋል።

አንድ ጊዜ መቶ አለቃ ፍቃዱ የሚባል አዲስ አበባ ማእከላዊ የሚሠራና፤ መሳለሚያ አካባቢ ያለው ከፍተኛም የአብዮት ጥበቃ ሊቀመንበር የነበረ ሰውዬ በጁፕ መርካቶ

አውቶቡስ ተራ ፊት ለፊት እየነዳ ሲያልፍ ፀጉሬን ስነካካ ይመለከታል። የኢህአፓ ኮድ ያስተላለፍኩበት መስሎት አዘር መጥቶ ታክሲ ከምጠብቅበት በሽጉጥ አስፈራርቶ መኪናው ውስጥ እፌት ወንበር አስገባኝ። በግራ እጁ መሪውን፥ በቀኝ እጁ ሽጉጡን ይዞ እንደ አብድ እየነዳ እኔም ዝም ብዬ ከሚገለኝ ልተናነቀው እያልኩ ሳስብ ድንገት የከፍተኛው ጽሕፈት ቤት ግቢ ቅርብ ኖሮ ዘው ብሎ ገባ። አፋጥኖ አውርዶኝ ከአንዲት ቀዝቃዛ ጨለማ ክፍል ውስጥ ወርውሮኝ ሄደ። በዘመድ ብርታት በስንት ጭቅጭቅ ተፈትቼ እስኪጣራ ተብሎ ለሁለት ወር ቢሮው በየቀኑ እየሄድኩ ስፈርም ነበር። ከዚህ ሁሉ ጣጣ በሚል መንጃ ፍቃድ አውጥቼ ወደ ሹፍርና ለመግባት አሰብኩ። ለትንሽ ወራትም በአባቴ አንደኛው የሕዝብ ማመላለሻ መኪና ላይ አብሬ መሄድ ጀመርኩ። ልቤ ግን ይህን ሥራ አልፈቀደውም። ወደ ትምህርቱ በእጅጉ ያደላ ነበር። ይህን የተገነዘበው ወላጅ አባቴ ትምህርት ቤት እዛው አዲስ አበባ እንድገባና ከዘመዶቼ ጋር እንድኖር ሆነ። ታናሽ ወንድሜ አሽብር በቤታዬ ተተካ። በሺላም ልጆች የማሳደጉን ከባድ ጫነትም አብሮ ተረከበ። መጀመሪያ ደጃች ውቤ ከዛም ፖስታ ቤት አካባቢ ከዘመዶች ጋር ለአጭር ጊዜ ኖርኩ። ትምህርት ቤትም መርካቶ ልዑል መኮንን/አዲስ ከተማ ት/ቤት ገባሁ። አንድ ሴሚስተር እንደተማርኩ አንድ ቀን አንዱን ልጅ የደርግ ሰላይ ነው በሚል ጥቂት ወጣቶች ከፎቅ ላይ ወርውረው ጣሉት። ት/ቤቱ ተረበሸና ፖሊስ መጣ ተብሎ በየፈናችን ስንሮጥ፣ የትምህርት ቤቱን የሽቦ አጥር ስዘል ወድቄ ሽበው ወግቶ አቆሰለኝ። የቁስሉ ምልከት አሁንም ድረስ እግሬ ላይ አለ። ወደ ልዑል መኮንን ት/ቤትም እንደገና አልተመለስኩም። እንዲያውም የቀን ትምህርት ቤት መሄድ አስጠላኝ። ወጣቱ በጣም ይታደን ስለነበረ ወጣት መሆኔም አስጠላኝ። አፍንጭ በር ስፈር (ከስድስት ኪሎ ዩኒቨርሲቲ ጀርባ) ለትምህርት ቤቶች እንዲቀርብ ተብሎ ቤት ተገዝቶልን እዚያ መኖር ጀመርኩ። የቀን ትምህርትና የምወደውን ሳይንስ

ትምህርት እስከ ወዲያኛው ተውኩት። ከትላልቅ ሰዎች ጋር ለመማርና ቶሎ ሥራ ለመያዝ ስል አዲስ አበባ ብዙ ቀደምት የኢትዮጲያ ሊቃውንትን ያፈራው ተፈሪ መኮንን ሁለተኛ ደረጃ ትምህርት ቤት በማታው ክፍል ጊዜ ተምሬ፤ በሂሳብ አያያዝ ትምህርት በዲፕሎማ ተመረቅሁ።

ከተለያዩ ት/ቤቶች ጥሩ ውጤት ላመጡ ትምህርት ሚኒስቴር ዕውቅና ሲሰጥ

ከመመረቄም በፊት ምናልባት አንድ ቀን ዩኒቨርሲቲ በማታ ገብቼ እማር ይሆናል ብዬ ማትሪክ ፈተና ወስጄ አለፍኩ። ተወዳድሬ በማሽነፍ ቱሪዝም ኮሚሽን ሥራ አግኝቼ ለመጀመር ስዘጋጅ፤ ደርግ ማሽነፋን ሲያረጋግጥ ባጭር ጊዜ ሁኔታዎች መሻሻል ጀመሩ። በትግሉ "አሸናፊ" እንደሆን ያመለከተ ነበረ። እኔም ሃሳቤን ቀይሬ በግል አዲስ አበባ ዩኒቨርሲቲ ለመማር አመለከትኩ። ስድስት ኪሎ ሶሻል ሳይንስ ፋከልቲ ስለተቀበለኝ የቀን ተማሪ ሆኜ በማኔጅመንትና በሕዝብ አስተዳደር እንደ ኢ.አ.አ. በ1979 ገብቼ በ1983 ተመረቅሁ።

አዲስ አበባ ዩኒቨርሲቲ

የአዲስ አበባ ዩኒቨርሲቲ ግቢ.

አፄ ኃይለ ሥላሴ "ሁሉን ሞክሩ፣ መልካሙን ያዙ" በሚል መርህ የአባታቸውን የራስ መኮንንን ገነተ ልዑል ቤተ መንግሥት ለአዲስ አበባ ዩኒቨርሲቲ በስጦታ መልክ ሰጥተዋል። ዩኒቨርሲቲው የኢትዮጵያ ዋንኛ የትምህርት ተቋም በመሆን፣ በመቶ ሺዎች የሚቆጠሩ ኢትዮጵያውያንን በተለያዩ የትምህርት መስኮች በዲግሪ እያስመረቀ አገራቸውን እንዲያገለግሉ ከፍተኛ አስተዋፅዖ አድርጓል። አብዛኞቹ ኢትዮጵያውያን ምሁራንና ጠበብቶች የዚሁ ተቋም ምሩቃን እንደነበሩ ይታወቃል። እስከ ቅርብ ጊዜ ድረስም የሃገሪቷ ብቸኛ ዩኒቨርሲቲ ነበር። ለበርካታ ከቅኝ ግዛት ነፃ ለወጡ አገራት ተማሪዎችም የነፃ ትምህርት ዕድል እየሰጠ አፍሪካዊነቱን ያረጋገጠ ዩኒቨርሲቲ ነው። ግራ ዘመም ተማሪዎችም ለዘመናት በአፄ ኃይለ ሥላሴ በመንግሥት ላይ አመፅ የሚወጠኑበትና የሚያቀነባበሩበት ተቋም እንደነበረም ታሪክ ይመሰክራል። በኢትዮጵያ ዲሞክራቲክ አስተዳደር እንዲመጣ

የአዲስ አበባ ዩኒቨርሲቲ ተማሪዎች ብዙ ታግለዋል። ነገር ግን በንጉሠ ጊዜ ስለ ማርክሲዝም በተሻለ ነፃነት ሲሰበክበት የነበረው ዩኒቨርሲቲ መልኩን ቀየረ። ንጉሡ ከሥልጣን ወርደው ዲሞክራቲክ መንግሥት ነን በሚሉ አስተዳደሮች ዘመን ስለ ነገሡታቱ ጥሩ ሥራዎች ማውሳት ወይም ገዢ መንግሥታትን መቃወም በነፍስ የሚያስቀጣ ሆነ።

የአዲስ አበባ ዩኒቨርሲቲ ሕይወቴ በአብዛኛው ጥሩ ትዝታዎች ያሳለፍኩበት ጊዜ ነበር። የዛሬውን አያድርገውና ዩኒቨርሲቲ መግባቱም ትምህርት ጨርሶ መውጣቱም ከባድ ነበር። ማትሪክ ፈተና ከሚወስደው ከአምስት በመቶ አይበልጥም ኮሌጅ የሚገባው። ከዘም ውስጥ የተወሰነው ወይ ይባረራል ወይም ሥራ እየያዝ ይወጣል። በተለይ የመጀመሪያው ዓመት ትምህርት ጭንቀት ይበዛዋል። ሁለተኛ ዓመት ላይ በማኔጅመንት ትምህርት ፕሮግራም ከገባነው ውስጥ የጨረስነው ከግማሽ አንበልጥም ነበር። ሁለተኛ ዓመት ላይ አብዛኛው እየወደቀ ወጣ። በዛሬው አስቂኝ ቋንቋ "ውጤት ሳይመጣላቸው" ቀረ። የተቀረነው በዩኒቨርስቲው የዶርም ሕይወት ቀጠልንበት። የዶርም ሕይወት ብዙ ትዝታዎች የነበሩት ሕይወት ነበረ። ተማሪዎች ከተለያየ ባህልና አካባቢ ስለሚመጡ ዶርሚተሪ ውስጥ ብዙ መማማርና መተራረብ አለ። በአለባበስ፤ በምግብ አበላል፤ በአነጋገር፤ በእንግሊዘኛና በአማርኛ ቋንቋ ችሎታ መቀላለድ የተለመደ ነው።

ከአ.አ. ዩኒቨርሲቲ ጓደኞቼ በከፊል

የአ.አ. ዩኒቨርሲቲ ጓደኞቼ

አንድ ሰው ተሳስቶ የእንግሊዘኛ ቃል ከተናገረ የሱ ስም እሱ ሆኖ ይቀራል። በተለይ አዲስ በሚገቡ ተማሪዎች ላይ የሚደሠራ ተንኮል የለም። አንድ የማስታውሰው ትዝታ አለኝ። ስለ ዶርሚተሪ ፅዳት አጠባበቅ የተፃፈ መመሪያ መግቢያው በር ላይ ከውስጥ ይለጠፋል። አንዱ መመሪያ ፍራሹች በየሳምንቱ ቅዳሜ እየወጡ ንፋስ

እንዲመታቸው ይደረጋል ይላል። አንድ ተንኮለኛ ተማሪ ፍራሾች የሚለውን ፍሬሾች ብሎ ቀይራት ፍሬሽ ተማሪዎችን እያዋከበ ያስወጣቸው ነበር። አንድ የቲያትር ትምህርት ጓደኛዬ አበበ፤ በሼክስፒር ድርሰት ለመተወን ሲለማመድ በእንግሊዘኛ እንዴት እንደሚለቀስ ግራ ገብቶት እንደነበር ያጫወተኝ ትዝ ይለኛል። የቤት ቁልፍ የሚሰጠው አንድ ወይም ሁለት ስለነበረ እንደኛው የጋራ የገላ መታጠቢያ ክፍል ወዳለበት ክፍል በፎጣ ብቻ ወጣ እንዳለ ሌላው የክፍሉ ነዋሪ አረስቶ እየቆለፈበት ይወጣ ነበር። እኔም በጓደኛዬ ጌታቸው ቆልፈበት ሄጄ በነጠላ ጫማ ሲዞር ውዪል።

በተለይ የተማሪ ረብሻ በማታ ከአንድ ህንፃ ይጀምርና በፍጥነት ወደ ሌሎች ህንፃ ይዛመታል። የሴቶቹ ህንፃ ጨኸት ሲጀምር ሁሉም ይቀጣጠላል። ዩኒቨርሲቲ የገባሁት ከቀይ ሸብር በጓላ ስለሆነ፤ ብዙ የከፋ አመፅ ወይም ተቃውሞ አልነበረም። በአብዛኛው የተማሪው ሕይወት ጥናት የበዛበት ነበር። የቀን ውዪችን የታወቀ ነው። ጧት ተነስተን ወደ ክፍል፤ ከዛ ወደ ካፌቴሪያ ለምሳ፤ እንደገና ወደ ዶርም፤ ወደ ኬኔዲ ላይብረሪ፤ ገንዘብ ያለን ቀን ደግሞ ወደ አስፋ ዥይ ቤት እንሄዳለን። ለበሽተኞች ተብሎ ቆንጆ ምግብ በዩኒቨርሲቲው ካፌቴሪያ ስለሚዘጋጅ እንደምንም አንድ በሽተኛ ጓደኛ ማድረግ "ልዩ ጥቅም" ያስገኛል። አንድ ጓደኛችንም ብዙ ቡና ጠጥቶ አመመኝ ብሎ ክሊኒክ ሄዶ የዩኒቨርሲቲው ነርስ የደም ግፈቱን ስትለካው በጣም ከፍ በማለቱ ስሙ እዛ ሊስት ላይ ገብቶ አንዳንዴ ፀባያችንን እያየ ከጥሩው ምግብ ያካፍለን ነበር።

በተለያዩ ዓመታት ከተለያዩ ልጆች ጋር ብኖርም ከሁለተኛ ዓመት በጓላ አብዛኛውን ጊዜ ከከፍል ጓደኛዬ ፍሰሃና ትዕግስቴ ጋር ነበር የጥናት ውሎዬ። ነፍሱን ይማረውና

ትዕግስቴ ብዙ የሚለውና የሚያደርገው ነገር ያስቀን ነበር። በጣም ጥንቁቅና ከኛ የተሻለ ገንዘብ ቆጣቢ ነበር። አንድ የፈተና ሰሞን ለብዙ ስዓታት ስናጠና ቆየንና ወደ አሰፋ ሻይ ቤት ጋብዘን አልነውና ትዕግስቴ "ያለኝ ሰባት ብር ብቻ ነው" አለን። እንደዛ ቀን ስቀን አናውቅም። በዘን ጊዜ ሰባት ብር አዲስ አባባ በጣም ውዱ ከትፎ ቤት ራስ ሼል ምን የመሰለ ከትፎ ተበልቶ፣ ቢራ ተጠጥቶ ቲፕ ተስጥቶ፣ መልስ መውሰድ የሚቻልበት ጊዜ ነበር። ሻይ ደግሞ አስራ አምስት ሳንቲም ነበር። የሱ የመጠባበቂያ ገንዘብ ልክ ከኛ ጋር በጣም ስለተራራቀ ነበር የሳቅነው። እድሜያችን ቢቀራረብም እሱ እንደ ትልቅ ሰው ነበር የሚያስበው። ነገር ግን ስለምንዋደድ መጋብዙ አልቀረም። በየቀኑ ከግቢ ወጥቶ መንቀሳቀስ እንወድ ነበር። አንዳንድ ተማሪዎች ስሜስተር እስኪያልቅ ድረስ ከግቢ የማይወጡ ሕይወታቸው በሙሉ ግቢ ውስጥ በተለይም ላይብረሪ የሆነ ልጆችም ነበሩ። በጊዜው ጥሩ የመንግስት ሥራ የማግኘት ዋንኛው ትኬት ዲግሪ መያዝ ብቻ ስለነበረ ጭንቀቱ ቀላል አልነበረም። የግል ድርጅት የሚባል በደርግ ዘመን ከትናንሽ ሱቆችና ቡና ቤቶች በስተቀር ተወርሷል።

ፍሬሽማን ሆነን አንድ ጓደኛችን ሴላውን ጓደኛ የያዘከውን የእንግሊዘኛ ኖቬል አንተ ስትጨርስ ለኔ ስጠኝና አነበዋለሁ ይለዋል። ልጁ ማዘር (mother) ጀምረዋለች ይላል። ሁላችንም ትክ ብለን ሳቅን የሚቀልድ መስሎን። ሁላችንም የራሳችንን ቤተሰቦች አይተን ነው። በጊዜው እናቶች እንካንም የእንግሊዘኛ ኖቬል የአማርኛ ልብወለድ መጽሐፍ እንኳ የሚያነቡ ጥቂት ነበሩ። ጨርሶ ትምህርት ቤት ያልገቡ እናቶች ይበዛሉ። እውነት ነው ቢልም የሚያምነው ጠፋ። እንዳውም ምን አይነቱ ቦስተር (boaster) ነው ብለን ወደ ሌላ ጭወታ አለፍን። ልጁ ለካ

አውነቱን ነው። የልጁ ቤተሰቦች ሁለት ዲግሪ ያላቸው መሆናቸውን ያወቅነው በኋላ ነው።

በመምህራን በኩልም እንዲሁ የሚያስቀ ገጠመኞች ነበሩኝ። አንድ የሌላ አፍሪካ አገር ዜጋ የሆነ መምህር ሲያስተምር እያነበበ ነበር። እኛ ደግሞ ሌከቸር የምንይዘው ቃል በቃል ነበር። አንድ ቀን ሰውየው ስዓት ያሳልፍና የቀጣዩ ክፍል አስተማሪ በር ሲያንኳኳ የጀመረውን አረፍተ ነገር ሳይጨርስ ያቆማል። በሚቀጥለው ቀን "however" ብሎ ሲጀምር ሁላችንም "no, no, no, although" ነው አልነው። ከዛ ቃሉን ፈልጎ ከዛ ቀጠለ። ሌላው አስተማሪ ደግሞ ክፍል አይገባም። በሴሚስተሩ ውስጥ የገባው ስድስት ቀን ብቻ ነበር። ጓደኛችን ጆናታን አስተማሪው ሲመጣ እሱ አይመጣም። እሱ ሲመጣ ደግሞ አስተማሪው አይመጣም። ሳይተያዩ ሴሚስተሩ አለቀ። የኔ ሌከቸር አጥንቶ ፈተና ገባ። አብዛኛው መምህራን ግን በጣም ሃላፊነት የሚሰማቸው፣ አንድ ቀን እንኳ ቀርተው የማያውቁ፣ በኛ ላይ ለውጥ ለማምጣት የሚጥሩ ነበሩ። ትምህርት ከጨረስኩ በኋላም ከሀገር እስከወጣ ድረስ እንደ ጓደኛ የምገናኛቸው ነበሩ።

አራተኛ ዓመት ስንገባ የምረቃ ዝግጅታችንን የሚያስተባብር ኮሚቴ ተቋቁሞ እኔ ሊቀመንበር ሆኜ ተመረጥኩ። የምረቃ መጽሔት ለማሳተም ፍቃድ እንዲሰጠን ጠይቀን የትምህርት ክፍላችን ኃላፊ ከለከለን። ብዙ ፈተና ገጥሞን ነበር። እኔም አንድ ነገር ከወጠንኩ መፍትሄ ሳላገኝለት እንቅልፍ አይወስደኝም። ያንን በጥበብ ካለፍን በኋላ ጽሐፎች ከመምህራንና ጥቂት ምሩቃን አሰባሰብን። ማሳተሚያ ገንዘብ ስላልነበረን በተለያዩ መሥሪያ ቤቶች እየተዘዋወርን ማስታወቂያ በመጽሐታችን እንዲያወጡልን ልመና ገባን። ሁሉንም የምንሰራው በጣም

የተወሰኑ ልጆች ነበር፡፡ ከመምህራንም በጣም የሚተባበረንና የሚያማክረን መክብብ ክፍሌ ነበር፡፡ ለመጀመሪያ ጊዜ በዲፓርትመንቱ ታሪክ መመረቂያ መጽሐት አዘጋጀን፡፡ በፈተና ስሞን ብርሃንና ሰላም እየተመላለሱ መከታተልና በጊዜው ማስጨረስ ሌላ ፈተና ሆኖብኝ ነበር፡፡

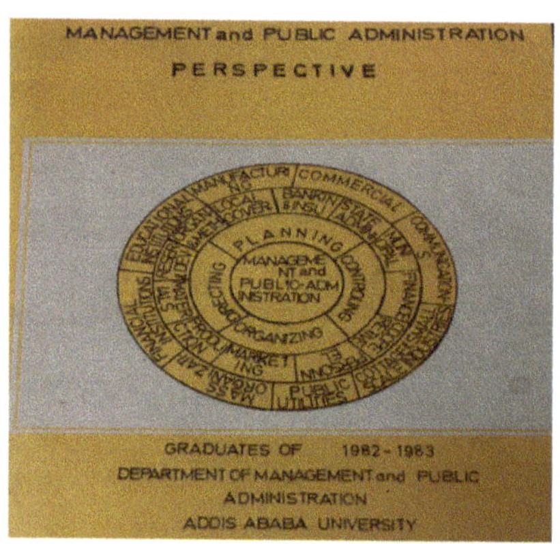

የኢትዮጵያ ሥራ አመራር ማኅበር

ለመጽሐፉ ሲባል ከባለሥልጣኖች ጋር ያደረግነው ግንኙነት ቀድመን ላላሰብነው አላማ በጣም ጠቃሚ ሆነ። ወጪ ለመቀነስና ለኪሳራ ላለመዳረግ የምረቃ ፓርቲያችንን በሄልተን ሆቴል ከሂሳብ አያያዝ (Accounting) ትምህርት ተመራቂዎች ጋር አንድ ላይ አከበርን። የሂሳብ አያያዝ ትምህርት ከፍል ኃላፊ የነበረው ዶ/ር ስንታየሁ ተፈራ የሁለቱንም ትምህርት ከፍሎች ወከሎ እኔ ደግሞ ተማሪዎችን ወከዬ ንግግር አደረግን። በመፅሄታችን ላይ የብዙ ድርጅቶች ማስታወቂያ እንዲወጣ በማድረጋችን ጥሩ ገንዘብ ስላገኘን ለተመራቂው ነፃ መግቢያና የመጠጥ ኩፖን ስለሰጠን ፤ ሁሉም ተመራቂ ደስ ብሎት አከበረ። ገንዘብ ትንሽ ተርፎን ስለነበር በዚሁ ገንዘብ የኢትዮጵያ ማኔጅመንት ፕሮፌሽናሎች ማኅበር ለማቋቋም ኃሳብ አቅርበን ዝግጅት ጀመርን። በየመሥሪያ ቤቱ እየዞርን ኃሳቡን በመሸጥ በርካታ የባንክ፤ የኢንሹራንስና የተለያዩ ኮርፖሬሽኖች ኃላፊዎች ስለተስማሙ አጠቃላይ ስብሰባ አምስት ኪሎ በሚገኘው ፋርማሲ ኮሌጅ አዳራሽ ጠራን። በመጽሐፉ ምክንያት የተዋወቅናቸው ባለሥልጣናት አብዛኛዎቹ መጡ። በአጠቃላይ ከመቶ ያላነሱ ሰዎች ተገኙ። ዶ/ር አየለ ትርፌ (ከምወዳቸው አስተማሪዎች አንዱ) የማኔጅመንት ትምህርት ከፍልን ወከሎ እኔ ደግሞ ተማሪዎችን ወከዬ ንግግር አደረግን። ኢትዮጵያ ውስጥ አብዛኛው የንግድ ድርጅቶች በልምድና ያለ ሳይንሳዊ እውቀት የሚመሩ ነበሩ። የማኅበሩ ዓላማ የቢዝነስ ፕሮፌሽናሎችን በማሰባሰብ እውቀትና ልምድ ለመለዋወጥ፤ በየስድስት ወሩ የሚወጡ መጽሐፌቶችን ማዘጋጀት፤ እንግዶች እየጋበዙ አሜጭሮ ስልጠናዎችን መስጠት፤ በንግድ አስተዳደር ሙያ አካባቢ ጥናቶችን ማካሄድ እንደሆነ አስረዳሁ።

ኢ.ኢ.ኢ. 1983 ዓ. ም. የኢትዮጵያ ሥራ አመራር ማኅበር ምስረታ ላይ ከተገኙት ጥቂቱ

የስብሰባውን አላማ ለእንግዶች ስገልፅ

በተደረገው ስብሰባም ሰባት አባላት ያሉት አስተባባሪ ኮሚቴ ተቋቋም። በጊዜው እውቁና በችሎታቸው የሚደነቁት የወቅቱ የኢትዮጵያ ብሔራዊ ባንክ ገዢ አቶ ታደስ ገብረኪዳን የኮሚቴው ሊቀመንበር ሆነው ተመረጡ። አቶ አስማማው እንቁ ባህሪ ደግሞ ከማኔጅመንት ኢንስትቲዩት ፀሐፊ ሲሆኑ፣ እኔ ደግሞ ወጣቶችን ወከዬ ምክትል ሊቀመንበር ሆንኩ። ከአ.ኢ. ዩኒቨርሲቲ ማኔጅመንትና የሕዝብ አስተዳደር የወቅቱ እውቅ መምህራን መካከል፣ መክብብ ከፍሌ፣ ምህረት አየነውና ተገኝ ተካ የኮሚቴው አባላት ሆኑ። የንግድ ባንክ ሥራ

አስኪያጅ የነበሩት አቶ አለሙ አበራ፤ የኢትዮጵያ ሃገር ውስጥ ማከፋፈያ ድርጅት ሥራ አስኪያጅ አቶ አሽብር አበራ፤ የባህር ትራንስፖርት ሃላፊ አቶ ሰይፉ ደምሴና እንዲሁም አሁን ስማቸውን የዘነጋሁት የትላልቅ ድርጅት ኃላፊዎች እዚሁ ጊዜያዊ አደራጅ ኮሚቴው ውስጥ አባል ሆኑ። ገና በ 24 ዓመቴ ከትላልቅ ግዙፍ ሰዎች መሃል መግባቴ ስለአመራር ከተማርኩት ትምህርት ያላሰ ብዙ ትምህርት አገኘሁበት።

ከስድስት ወራት በኋላ የድርጅቱን መተዳደሪያ ደንብና አስፈላጊ ሰነዶች በብሄራዊ ባንክና አዲስ አበባ ዩኒቨርሲቲ በየጊዜው እየተሰበሰብን አዘጋጅተን ጨረስን። ከሃምሳ በላይ የቀድሞ ምሩቃን በመስራችነት ተመዘገቡ። ጊዜያዊ ሥራ አስኪያጅና መሪዎች አሻራ ሰጥተን፤ የሕይወት ታሪካችንን ሞልተን ማመልከቻውን ካስገባን ከወራት በኋላ ማረጋገጫ ሰርቲፊኬት ተሰጠን።

በማህበሩ ምስረታ ስብሰባ ላይ ከተገኙ አባላት በከፊል

የማህበሩ ምስረታ አዘጋጅ ኮሚቴ አባላት (ከግራ ወደ ቀኝ፡ትዕግስቴ፤ፍስሃ፤ይሁነ፤በቀለ፤አርዓያና መስፍን)

እ.ኤ.አ. 1983 ዓ.ም. በማኔጅመንትና ህዝብ አስተዳደር ትምህርት ተመራቂዎች

ከዚያ በኋላ በሃገር ደረጃ ለቀድሞ የቢዝነስ ስኩል ተመራቂዎች በሙሉ የአባልነት ጥሪ አቀረብን፡፡ ከአምስት መቶ በላይ የሚሆኑ የወደፊት አባላት መዘገብን፡፡ ስብሰባው እንድ ሁለት ሳምንት ሲቀረው ከወቅቱ የኢትዮጵያ ደህንነት ቢሮ ሃላፊ ኮሎኔል ተስፋየ ወልደ ሥላሴ በተላከ ደብዳቤ ማህበራችን ላልተወሰነ ጊዜ መታገዱን ገለፀልን፡፡ ሰርቲፊኬቱንም እንድንመልስ ተጠየቅን፡፡ የደብዳቤውን

ማህተም ሳነበው እኝህ ሰው የደህንነት ሚኒስትር ብቻ ሳይሆኑ በርካታ ስልጣን ደርድረዋል። የቦምብ ጉዳዮች ሃላፊ የሚልም እንዳለበት ትዝ ይለኛል። ከዛ በኋላ የመንግሥትን ልዩ ትኩረት የምንስብ እንደሆነ ተሰማኝ። ቀደም ሲል ገና ሃሳቡን ለምሩቃን እንዳቀረብኩ ሃሳብህ አጉል ነው ይሄ መንግሥት በፍፁም አይፈቅዱላችሁም ተወው ያሉኝ ነበሩ። እኔ ግን እንሞክረውና ካልሆነ ይቀራል የሚል አቋም ያዝኩ። ጓደኞቼም ሆኑ ሌሎች ምሩቃን ስለተስማሙ ቀጠልንበት። አሁን ግን ያ ሁሉ ልፋትና መንከራተት ገደል ገባ። በውሳኔው በጣም ብስጭትጭት አልን። አቶ ታደሰ ገብረኪዳን ቢሯቸው ጠርተውኝ "አንተ ወጣት ስለሆንክ ወደፊት ማኅበሩን እንድታነሳሳው። የኛ ነገር ምኑም አይታወቅም" አሉኝ በደፈናው። ንዴታቸው ፊታቸው ላይ ይነበባል። የተዘጋጁ ሰነዶች በሙሉ በብሄራዊ ባንክ ካዝና ውስጥ እንደሚቀመጡልኝ ነገሩኝ። እኔም ሃሳቤ ከከሸፈ በኋላ ልቤ ከሃገር ለመውጣት ሸፈተ።

ከሃገር ከወጣሁ ከብዙ ዓመታት በኋላ አቶ ታደሰ ስለ ሕይወት ታሪካቸው የጻፉትን መጽሐፍ ከካናዳ ልከውልኝ ይህንን ጉዳይ አንስተውት አንብቤያለሁ። "የወዛደር መንግስት እንገነባለን እያላችሁ እንዴት ፀረ ወዛደሮችን ታደራጃላችሁ" የሚል ጥያቄ በደርግ ከፍተኛ መሪዎች ውስጥ ጥያቄ ስላስነሳ ነው፣ ማህበሩ እንዲታገድ የተደረገው የሚል ወሬ እንደሰሙ ጽፈዋል። ከዛም በኋላ ስለታገደው ማህበር ጉዳይ የሃገሪቱ መሪ ኮሎኔል መንግሥቱ እራሱ በሌላ ጉዳይ ስብሰባ ላይ አንስቶባቸው ለምን እንደሆነ አስረድተውት እንደነበረ ጽፈዋል። ከወራት በኋላ ከኢትዮጵያ ማኔጅመንት ኢንስቲትዩት ዋና ሥራ አስኪያጅ የፍቃድ ደብዳቤ እንደደረሳቸውና በዛን ወቅት ከብሄራዊ ባንክ ለቀው እንደነበረና የተዘጋጁት ሰነዶች በሙሉ ለኢትዮጵያ ማኔጅመንት ኢንስቲትዩት እንዲላክ ደብዳቤ እንደፃፉ ገልፀዋል።

መንግሥት ዓላማው እኛ ከተሰማማንበት አላማ ውጭ እሱ የሚቆጣጠረውና የሚመራው ማህበር ለማቋቋም ስለነበር፤ ብዙ የለፋንበት ጉዳይ በዚሁ ተዘጋ። እኔም ከሃገር ወጥቼ ሄድኩ። የደርግ መንግስት ከወረደ ከተወሰኑ ዓመታት በኋላ ማህበሩ በአዲስ አበባ ዩኒቨርሲቲ መምህራን እንደ አዲስ እንደተቋቋም ሰምቻለሁ።

የንግድ ሥራ ኮሌጅ ትዝታዎቼ

ከአዲስ አበባ ዩኒቨርሲቲ ስጨርስ በዕጣ መንግሥት የማልፈልግበት መሥሪያ ቤት እንዳይመድበኝ በመስጋት አስቤው ወደማላቀው ውድድር ውስጥ ገባሁ። በጉዋደኞቼም ሃሳብ ተስቤ በከፍተኛ ትምህርት ተቋም ውስጥ ከሚቀሩ ሦስት የትምህርት ክፍሉ ምሩቃን አንደኛው ሆኜ ንግድ ሥራ ኮሌጅ በመምህርነት ተመደብኩ። ለመሥራት ያመለከትኩት ለከፍተኛ ትምህርት ኤክስፐርትነት ቢሆንም፤ ሥራውን ከጀመርኩ በኋላ ማስተማሩን እየወደድኩት መጣሁ። የሰው ልጅ የአሁኑን እንጂ ተያይዞ የሚመጣውን የወደፊት ሕይወት አመዛዝኖ ከወዲሁ

መምረጥ አይችልም። ህይወት ወደፈለከበት ሳይሆን ወደፈለገችበት ስትወስድህ፣ ለበጎ ያድርገው ብሎ መቀበል ጥሩ ነው። ተማሪዎች ከኔ ለመማር ከፍል ውስጥ ቁጭ ብለው ሲጠብቁኝ ሳይ ወደድኳቸው። መምህርነት የሰውን አእምሮ የመቅረፅ ትልቅ የሰው ልጅ ኃላፊነት መሆኑ ውስጤ ቀረ። በተለያየ ሙያ የሚያስፈልጉ ጠበብቶችና ፕሮፌሽናሎችን የማፍራት አቅም ያለው አንጋፋ ሙያ እንደሆነም ገባኝ። ከትንሽ ጥረት በኋላም ሙያውን የራሴ አደረኩት። ከዛን ጊዜ ጀምሮ የማውቀውን ትምህርት እንኳን ሳልዘጋጅ ከፍል የገባሁበትን ቀን አላስታውስም። ንግድ ስራ ኮሌጅ የወደፈት ሙያዬን ስላዋለደኝ ትዝታዬ የላቀ ነው።

አንድ የቻይናውያን አባባል እንዲህ ይላል፦

"ዕቅድህ ለአንድ አመት ብቻ ከሆነ ሩዝ ዝራ

ለአስር ዓመት ካቀድክ ዛፎች ትከል

የሕይወት ሙሉ ዕቅድ ካወጣህ ደግሞ ሰዎችን አስተምር"

የዛሬውን አያድርገውና በጊዜው እንኳንም የኮሌጅ አስተማሪ መሆን ይቅርና የሁለተኛ ደረጃ አስተማሪ መሆንም ያስከብር ነበር። ዘፈኑም እኮ እንዲህ ይል አልነበር?

የኛ ሙሽራ ኩሪ ኩሪ

ወሰዳት አስተማሪ!

ንግድ ሥራ ት/ቤት ፋሺስት ጣልያን አገር ለቆ ከወጣ በኋላ መቋቋም የጀመሩትን የባንክ፣ ኢንሹራንስ፣ የውጭ ድርጅቶችና የመንግሥት ቢሮዎችን በሰለጠነ የሰው ሃይል ለማገዳራጀት ንጉሡ ቀድመው ካደራጁዋቸው ተቋሞች ውስጥ አንዱ ነበር። ንግድ ሥራ ኮሌጅ በቆየሁባቸው ዓመታት በርካታ ትዝታዎች ነበሩኝ። በተለይ አብረን አዲስ ከተቀጠርነው ጓደኞቼ ጋር ትልቅ ከጓደኝነት የላቀ ቅርበት ነበረን።

ከግራ ወደ ቀኝ በቀለ፤ እኔ፤ ተሻለና ሰለሞን

ስንቀላለድም አንተዛዘንም ነበር። ፎቶው ላይ እንደሚታየው የኔ ፀጉር ቀድማ ከፊት መሠሳት ጀመረች። ከሁለተኛ ደረጃ ትምህርት ቤት ጀምሮ ፀጉሬን እራሴ አስተካክል ነበር። አንድ ቀን ተስተካከዬ ያየኝ ተሻለ "ማነው ያስተካከለህ ቆንጆ ቆርጦሃል" አለኝ። እራሴው እንደምቆረጥ ነገርኩት ያደንቀኛል ብዬ። መመለጥ በመጀመሬ ሲወርፈኝ "ይህንን እራስ ይዞ እንዴት ሰው ጋ ይኬዳል" አለኝ።

ንግድ ሥራ ት/ቤት ኮሌጅ ተብሎ ከተሰየመ ከሶስት ወይም አራት ዓመታት በኋላ ነበር የዩኒቨርሲቲ ትምህርቴን ጨርሼ በመምህርነት የተመደብኩት። ትምህርት ቤቱ የሁለተኛ ደረጃ ፀባዩ ገና አለቀቀውም። ጠንካራ የትምህርት ዲሲፕሊን ነበረው። በአስተማሪዎችና አስተዳዳሪዎች መካከል ያለው ግኑኝነት ግን የጌታና አሽከር ግንኙነት ይመስል ነበር። አስተዳዳሪዎች ሲያልፉ አስተማሪዎች አንገታቸውን መድፋት ወይም ጎንበስ ማለት ይጠበቅባቸዋል። የቀድሞ መምህራን ሽማግሌ ያሉ ስለነበሩ አዳዲስ ከመጣነው ወጣቶች ጋር መግባባት በጣም አስቸጋሪ ነበር። አንዳንዶቹ ነባር መምህራን ከዛው በዲፕሎማ የጨረሱ ስለነበሩ ልምዳቸውን እየረሳን እኛም እነሱን ናቅ የማግድረግ አዝማሚያ ሳይኖረን አልቀረም። እነሱም እኛን አንደ ልጅ ያዩን ነበር።

በኮሌጁ በጊዜው ከነበሩ ወጣት መምህራን ጓደኞቼ ከፊሎቹ

ሥራ በጀመርኩ ጥቂት ሳምንታት ውስጥ የመምህራን አጠቃላይ ስብሰባ ተጠርቶ፣ አብረን አዲስ ከተቀጠርነው ጓደኞቼ ጋር ተቀመጥኩ። ጥቂት ህንዶች መምህራንም ነበሩ። አዳራሹ ፀጥ ረጭ ብሏል። በጣም የሚከበሩትና ተቋሙን በዳይሬክተርነት ለብዙ አሥርት ዓመታት መርተው እዚህ ያደረሱትና፣ እንደ አባት የሚታዩት

የኮሌጁ ዲን አቶ ሰይፉ ፈለቀ ታጅበው ገቡ፡፡ ሁላችንም ተነስተን ተቀበልናቸው፡፡ ለትንሽ ጊዜ ዝም አሉ፡፡ ስብሰባውን በእንግሊዘኛ ቋንቋ ጀመሩ፡፡ በጣም አንደበተ ርቱዕና የጠራ እንግሊዘኛ ተናጋሪ ሰው ነበሩ፡፡ በንግግራቸው መሃል፣ ከሁለት ዓመት በፊት ስዮም ታደስ የሚባል አንድ የኢኮኖሚክስ ትምህርት ክፍል የሚማር ጓደኛዬ በጫወታ መሃል ጣል ያደረገው ነገር ትዝ አለኝ፡፡ "እኔን የሚቆጨኝ አንደን ይድነቃቸው ተሰማ፤ ፀጋዬ ገብረመድህንና የኮሜርሱ ሰይፉ ፈለቀ የመሳሰሉት ማርጃታቸው ነው" አለ፡፡ በጊዜው ስለ ሰይፉ ፈለቀ ሰምቼ ስለማላውቅ ሊስቱ ላይ መቀላቀሉ አልገባኝም ነበር፡፡ የዕድል ነገር ሆኖ አያንደረደረ እሳቸውጋ መምጣቴ ገረመኝ፡፡ አዋቂ ሁሉ አዲስ አበባ ዩኒቨርሲቲ የሚገኝ ይመስለኝ የነበረው ትክክል እንዳልሆነ ወዲያውኑ ገባኝ፡፡

ሥራ ከጀመርኩ ከሦስት ወር በኋላ አንድ ረዳታቸው የማስተምርበት ክፍል መጥቶ ጋሽ ሰይፉ ይፈልጉሃል አለኝ፡፡ ሁሉም ነገር ሰው ጋሼ ብሎ ነበር የሚጠራቸው፡፡ የባሰው መጣ አልኩኝ በሆዴ፡፡ ለምንድነው ብለው እኔ አላውቅም አለኝ፡፡ ይፈሩና ይከብሩ ስለነበር ጓደኞቼ ምን አድርገህ ነው ብለው ተጫነቁ፡፡ ለአስተማሪነት ስላልተማርንና በማስተማር ሙያ ገና መባጣታችን ስለነበር በራስ መተማመን ደረጃ አልደረስንም፡፡ ቀልድ የሚቀናው ጓደኛዬ ሰለሞን <<መቼም ሹመት ይወድሃል ልትሾም ነው መሰለኝ>> ሲል ጭንቀቱ ወደ ሳቅ ተቀየረ፡፡ አዲስ አንደመሆኔ ቀደም ሲል ከሁለት ዓመታት በፊት የተቀጠሩትን ወጣት መምህራን እንኳ አናግረው ስለማያውቁ እኔን ለምን ፈለገውኝ ነው ብዬ ማሰቤ አልቀረም፡፡ ግን ምንም ሊመጣልኝ አልቻለም፡፡ በተቀጠርኩበት ሰዓት ቢሮዋቸው ሄድኩ፡፡ ጸሐፊዋ መጥቷል ስትላቸው ይግባ አሉትና ገባሁ፡፡ ተነስተው ቁጭ በል አሉኝ፡፡

ሥራ እንደተመደብን ከጓደኛዬ ሰለምን ጋር ሆነን ትምህርት ቤቱ ሄደን የመጀመሪያው ቀን ከተቀበሉን ሰው እኛኛው ይሻላ አልኩ ለራሴ።

አቶ ሰይፉ ስለራሳቸው ማውራት ጀመሩ። መቼ ንግድ ሥራ ት/ቤት ግብጻዊውን ዳይሬክተር እንዲተኩ ተሾሙ እንደመጡ አወጉኝ። ሕይወታቸውን በሙሉ ለትምህርት ቤቱ እንደሰጡ አጫወቱኝ። ሰርጋቸው እንኳ እዛው ግቢ ውስጥ እንደተረፀም፤ የሰርግ አጃቢያቻቸው ሁሉ የሳቸው ተማሪዎች እንደነበሩና ሌላም ሌላም ያጫውቱኝ ገቡ። የኔ ፊት ከፍርሃት ወደ ፈገግታ እየተቀየረ መጣ። ለተግሳፅ እንዳልጠሩኝ ወዲያው ገባኝ። ነገር ግን እኔያ በግቢው እንደዋርካ የሚታዩት ሰው በሀያዎቹ አጋማሽ ላለ አዲስ ወጣት አስተማሪ የግል ታሪካቸውን መንገር ለምን አስፈለጋቸው ብዬ ምክንያቱን ለማወቅ ጓጓሁ። እኔም እንደሳቸው እዚሁ አግብቼ አረጅ ይሆን ብዬም ማሰቤ አልቀረም። ከማዳመጥና መልስ ከመስጠት በስተቀር ላቋርጣቸው አልፈለኩም። ቢያንስ ለሃያ ደቂቃ ስለራሳቸው እንደጓደኛ ካወሩኝ በኋላ ለምን እንዳስጠሩኝ ሲነግሩኝ በጣም ገረመኝ።

ለካስ የኢትዮጵያ ማኔጅመንት ማኅበርን አሱ ነው ከዩኒቨርሲቲ ያስጀመረው ብለዋቸው ደስታቸውን ሊገልፁልኝ ኖራል። ባነጋገሩኝ ወቅት ማህበሩ ገና አልታገደም ነበር። የኮሜርስ ተመራቂዎች ማህበርን ለማቋቋም ምን ያህል ጊዜ እንደወሰደ ከገለፁልኝ በኋላ "ይህንን ብሩህ ሃሳብ በዚህ እድሜህ ማሰብህና ማስተባበር መቻልህ ደንቆኝ ነው የጠራሁህ" አሉኝ። የኮሜርስ መምህር ሆነ በመምጣትህ ደስ ብሎኛል አሉኝ። ገና ኮሌጅ ማለት እንዳለመዱ ተገነዘብኩ። መምህርነትን እንዴት እንዳገኘሁት ከጠየቁኝ በኋላ የሳቸውን እርዳታ የምፈልግ ከሆነ ማንኛውም ጊዜ መምጣት እንደምችል ነግረውኝ አሰናበቱኝ። ጨርሶ

ያላሰብኩት ጉዳይ ስለነበር ለጓደኞቼ ስነግራቸው እነሱም ተገረሙ። እውነቱን ከመናገሬ በፊት ግን ምክትላቸው ሊያደርጉኝ ለምነውኝ አምቢ አልኳቸው ብዬ ቀለድኩባቸውና ተሳሳቅን።

አቶ ሰይፉ ሁሉንም የኮሌጅ ተማሪዎች አንድ ትልቅ አዳራሽ ውስጥ "Civics" የሚባል የአንድ ክሬዲት ኮርስ ያስተምሩ ነበር። አንድ የቀድሞ ተማሪያቸው እንደነገረኝ ስለ ህገወት ድርጊትና ቅጣት መመጣጠን አንድ ቀን ሲያስተምሩ ደርግ የበርበሬ ዋጋ ጨምራችኋል ያላቸውን ነጋዴዎች መረሸኑን ጠቅሰው "ይህ ድርጊት ትንሻን በመደሻ እንደመግደል ይቆጠራል" ብለው "ስንት ሺህ ብር የዘረፉ ባለስልጣናትን በሁለትና ሶስት ዓመት እስራት እየቀጡ ነጋዴዎቹን መግደላቸው አግባብ እንዳልነበር ማስረዳታቸውን ከብዙ ዓመት በኋላ አስታውሶ ነግሮኛል። ብዙም ሳይቆዩ እኔ ስራ በጀመርኩ በዓመቱ መንግሥት ጡረታ ውጡ ብሎ አሰናበታቸው። "ደርጉ ያደረገግግ" እያሉ የሰላሌ አርሶሞዎች የሚጫወቱት ዘፈን ትዝ አለኝ። በንጉሡ ዘመን ለትምህርት ሚኒስትርነት ታጭተው ፍቃደኛ ሳይሆኑ እንደቀሩ የሚነገርላቸውና እንደ ትልቅ ዋርካ የሚታዩትን የሃገር ባለውለታ ጡረታ ጊዜያቸው ደረስ በሚል ማስናበቱ ትልቅ የሃገር ኪሳራ መሆኑ ግልፅ ነበር።

በትምህርት ዓለም አንድ መምህር ወይም የተከበረ የተቋም መሪ የዕውቀት ጥግ በሚደርስበት ዕድሜ ላይ ማስናበቱ ግራ ያጋባል። ቀደም ሲል ፕሮፌሰር መስፍን ወልደ ማርያምንም እንደዚሁ ከአዲስ አበባ ዩኒቨርሲቲ ጡረታ ውጡ ተብለው እንደነበረ አስታውሳለሁ። ውሳኔው የፖለቲካ ነው። እሳቸውን ከቦታው ዘር ለማድረግ ነው። ደካማ መንግሥታት ጎበዝ መሪዎች ከስራቸው ማስቀመጥ አይወዱም።

ንግድ ሥራ ኮሌጅ በቀዩሁባቸው ዓመታት ብዙ የማስተማርና የማንበብ ልምድ ያካበትኩበት ወቅት ነበር። የመማሪያ መጽሐፍ (Textbook) በፕሮዳክሽን (production) ማኔጅመንት አዘጋጅቼ በሦስተኛው ዓመቴ ላይ ወደ ሌክቸረር II አሳደጉኝ። አብረን የተቀጠርን የህግ አስተማሪ ጓደኛዬ በቀለ የእድገቴን ደብዳቤ አይቶ <<በል ደግሞ ካንተ ላለማነስ እኛንም ልታራሩጠን ነው>> ያለኝን አስታውሳለሁ። በቢዝነስ ትምህርት ክፍል ሦስት የተለያዩ አዳዲስ ፕሮግራም ንደፉ ተብለን እኔ የማርኬቲንግ ትምህርት ፕሮግራምን ሙሉ ፕሮፖዛል ከነኮርሶቹ ጽፌ በከፍተኛ ትምህርት ኮሚሽን ፀድቆ ትምህርቱ ሊጀመር አንድ ወር ሲቀረው እኔው አራሴ ለትምህርት ከሀገር ወጣሁ። ይህ ፕሮግራም በኢትዮጵያ ኮሌጆች ታሪክ ውስጥ የመጀመሪያው የማርኬቲንግ የትምህርት ፕሮግራም እንደነበር ትዝ ይለኛል። እንዳጋጣሚ ሆኖ ታናሽ ወንድሜ ነጋ በዚሁ ዓመት ማትሪክ አልፎ ይህንኑ ፕሮግራም መርጦ መግባቱን ሲፈፍልኝ አላመንኩም። የኔው ፕሮጀክት የመጀመሪያ ሰለባ ሆንክ ብዬ ቀለድኩበት። ዘገይቶ በርካታ ኮሌጆች ከተከፈቱ በኋላ ይህንን ፕሮግራም እየገለበጡ እንዳስፋፉት እዚያ አስተማሪ የነበረ ጓደኛዬ ጻውሎስ ገልፆልኛል።

ሌላው በከፍተኛ ትምህርት ኮሚሽን ታዘን ከሌሎች ትላልቅ የዩኒቨርሲቲና የግብርና ሚኒስቴር ምሁራን ጋር አጋርፉ ማስልጠኛ ጣቢያ ላይ የሠራነው ነበር። ማስልጠኛው ገና ሲቋቋም፣ ለአጫጭር ሥልጠና በተለያዩ የትምህርት መስኮች የማስተማሪያ ንድፈ ሃሳቦችን እዚያው አንድ ሳምንት ቆይተን አውጥተን ተመልሰናል። ከቢዝነስ ኮሌጅ የሄድኩት እኔ ብቻ ስለነበርኩ እኔ ያዘጋጀሁት የማኔጅመንቱንና የሂሳብ አያያዙን ሥልጠና በተመለከተ ነበር።

ከዋና ሥራዬ በተጨማሪ ብዙ ቦታ መሥራት እወድ ነበር። በቱሪዝም ኮሚሽን የመንግሥት ሆቴል ኃላፊዎችን ማሰልጠን፤ በሳይንስና ቴክኖሎጂ ጥናት ማድረጌን፤ በኢትዮጵያ አየር መንገድ የመሳሰሉ ድርጅቶች ውስጥ አጭር ሥልጠናዎች መስጠቴንም አስታውሳለሁ። ‹‹ንግዱን ትተህ ወደ ትምህርት ዓለም ብትገባም አሁንም ንግዱን አልተውከውም›› ያለኝ ጓደኛዬ ትዕግስቴ ነፍሱን ይማረውና ትዝ ይለኛል። ገቢዬ ከደመወዜ ሁለት እጥፍ ሆኖ ነበር። በጊዜው አስተማሪ እንደሻማ እየቀለጠ ለሌላው ብርሃን እንዲሆን እንጂ ኃብት ማፍራቱ እንደ ነውር የሚታይበትም ጊዜ ነበር ።

ሁለተኛ ዙር የንግድ ሥራ ኮሌጅ ተመራቂ ተማሪዎቼ ጋር

የማኔጅመንትና ባንኪንግ ትምህርት ክፍል የጊዜው መምህራን

ዩኒቨርሲቲ በጨረስን በሁለት ዓመቱ እንዲት አሮጌ ቮክስዋገን ከሌሎች ምሩቃን ቀድሜ በመግዛቴ እንደ ብርቅ ስትታይ ስለነበረ፤ <ቀኑብሽ> የሚል ስም ስጥቻት ነበር። በደርግ ጊዜ መኪና መግዛት ለነጋዴና ከፍተኛ ባለሥልጣን ካልሆነ በስተቀር፤ ለደመወዝተኛ የማይሞከር ነበር። ነጋዴው ጓደኛዬ ተከለ ስላሴ አይዞህ "ሞተሯ ጥሬ ነው" ብሎ ነበር አሮጌ ቮክስ ዋገን መኪና በመጠነኛ ዋጋ የሸጠልኝ። ይሁች መኪና ለብዙ ጓደኞቼ እንደ ታክሲ፤ ሰርግ አጃቢ፤ የደመወዝ ሰሞን ማምሻ፤ ዝጉብኝ ምግብ ቤት መሄጃ ሆና ነበር። የሥራ ባልደረቦቼ ለነበሩት ሰላማዊትና የተሻለን ባለቤት እጅጋየሁን በአንቡላንስነት አገልግላለች።

የመጀመርያ መኪናዬ - ቀኑብሽ

ከአስራ ስምንት ዓመቴ ጀምሮ የአባቴን የተለያዩ መኪኖች ነድቻለሁ። ከባልደራስ የድሮ ቅንጡ የቤት መንግሥት መኪኖች በጨረታ እየገዛ ይሸጥ ስለነበር፤ መኪና መንዳት ብርቄ አልነበረም። ለአንዳንድ ጉዳይ ከመንዳቴ በስተቀር ብዙ ጊዜ እቤት ቆመው ይውሉ ነበር። ነገር ግን በላዬ ላይ ትኩረት ላለመሳብ ስል አንዱንም መኪና ተፈሪ መኮንን ት/ቤትም ሆነ ዩኒቨርሲቲ ይዤ ሄጄ አላዉቅም። የቅርብ ጓደኞች ግሬትና የወጣትነት መታየት ስሜት ቢኖርም፤ በአባቴ መኪና መኩራት አልፈለኩም። በራሴ ገንዘብ ይህችን አሮጌ ቮክስዋገን መኪና ስገዛ ግን ከተማውን ማዳረስ ጀመርኩ።

በቤልጂየም የካቶሊክ ዩኒቨርሲቲ

የዚህ መጽሐፍ ጅማሬ ላይ ወደተነሳሁበት ልመለስና፤ የቤልጂየም በረራዬ በጣልያን በኩል ስለነበር ሮም ደርሰን ለአራት ስዓት ያህል ቆዬ ብለን ቀጣዩን

አውሮፕላን መጠበቅ ያዝን። ስለ ጣልያን ብዙ አንብቤያለሁ፤ ብዙም ሰምቻለሁ። አውሮፓ ሁለት ዓመት ቆዬቹ አብዛኞቹን አገራት ስጎበኝ፤ ጣልያንን ግን ለመጎብኘት ልቤ አልዳዳም። አልፌ ሁሉ ስፔይንን ጎብኝቹ ነበር። ገና ካገር መውጣቴ ስለነበር በሃገሬ ላይ ባደረሱት ወረራና እልቂት ቂም ስለቋጠርኩ እነሱን የጎዳሁ ይመስል ልጎብኛት አልፈለኩም። የምዕራቡ ዓለም ኑሮ ካለሰለሰኝ ከሃያ ዓመት በኋላ ነው አራት ሆኜ፤ ባለቤቴንና ልጆቹን ይዤ፤ እንደገና አውሮፓን ስጎበኝ እግረ መንገዴን ጣልያንን የጎበኘሁት።

የጣልያን ጉብኝት

በነገራችን ላይ ጣልያንን ለመጎብኘት ሮም ኤርፖርት እንደደረስን አንድ ሁኔታ ተፈጠረ። የያዝኩት ታክሲ ነጂ በእንግሊዘኛ ቋንቋ ታሪካዊ ቦታዎችን እያስተዋወቀን ወደ ሆቴላችን ይወስደናል። በመሃል አንዱን ህንፃ አሳይቶን "የዚህ ህንፃ አርከቴከት ሞሶሎኒ ነው" አለ በትልቅ አድናቆት። የፈራሁት መጣ። ወዲያው ስለ ሞሶሎኒ ያለህ አስተያየት ምንድነው ስለ ጠየቅሁት። መቸኮሌን ያወኩት ማውራት ከጀመርኩ በኋላ ነው። በጣም ብዙ ጥሩ ነገር ለአገሪቷ አድርጓል አለኝ። ምሳሌ

እንዲሰጠኝ ስጠይቀው "እሱ ሥልጣን ላይ እስከሚወጣ ድረስ የጣልያን ኢኮኖሚው ወድቆ ነበር። እሱ ነው ያነሳሳው» አለ። ጀርመኖችም ስለ ሂትለር የሚሉት ነገር ነው። አፍሪካ ውስጥ ሊቢያና ኢትዮጵያ ስላደረገው ፍጅት ታውቃለህ አልኩት። ሲቀበለን ከአሜሪካ እንደመጣን አውቋል ግን ይህን ስለው እንደገና አየኝ እንደ መጠራጠር ብሎ። "አውቃለሁ ያ በጊዜው የተደረገ ነው ግን ካሳ ተከፍሏቸዋል ብዙ መንገድ ተሰርቶላቸዋል" አለ። ⟨⟨መንገድ መሥራቱ ካለቀው ሕዝብ ጋር ተመጣጣኝ ነው ብለህ ታምናለህ ወይ⟩⟩ አልኩት። "ከሆነ በኋላ ምን ማድረግ ይቻላል" አለኝ።

በጊዜው 13 ዓመቱ የነበረችው ሴቷ ልጄ ከሁዋላ ወንበር ቁጭ ብላ ተጨንቃ ወሬ እንዲቀየር የማታደርገው ነገር አልነበረም። ከመጀመሪያውም ለምን ጣልያን አገር እንሄዳለን ስትል ነበር። ምክንያቱ የገባኝ ግን ያችን ሰዓት ነበር። ስለአደዋ ድል ደጋግሜ ሳወራ ሰምታለች። ግን ያን ያህል አእምሮዋ ውስጥ እንደሰረጸ አልገባኝም ነበር። ይህንኑ እያወራን ሆቴላችን ደረስን። ከወረድን በኋላ "ልታስገድለን ነወይ" "የአደዋውን ሽንፈታቸውን ቁጭት በኛ ላይ ቢወጡስ" ብላ አሳቀችኝ። ጥንቃቄዋን ወድጄው ⟨⟨አይዞሽ እነሱ መጡብን እንጂ እኛ አልመጣንባቸውም⟩⟩ አልኳት። ⟨⟨ደግሞም አውሮፓውያን የኛ ታሪካቸው ሲታይ፣ እርስ በርስ የተጫረሱት ቢከፋ እንጂ ያነሰ አይደለም፣ ግን ይኸው አሁን አብረው ይኖራሉ⟩⟩ ስል አከልኩላት።

ብረስልስ ከተማ

ቤልጄየም ኃብታም የምትባል ትንሽና ደስ የምትል አገር ናት። ዋና ከተማዋ ብረስልስ የአውሮፓም ዋና ማዕከል ናት። ነዋሪዎችዋ በርካታ ቋንቋዎች ይናገራሉ። አውሮጳ ውስጥ ያሉ የትናንሽ አገራት ህዝቦች የብዙ ቋንቋ ተናጋሪዎች ናቸው። የቤልጄነጎች ዋንኛ ቋንቋዎቻቸው ግን ፈረንሳይኛና ፍሌሚሽ (የደች ዳያሌከት) ናቸው። ከተማዋ ከአስራ ሁለተኛው ምዕት ዓመት ጀምሮ በተገነቡ ትላልቅ የቤት መንግሥት ሕንፃዎችና መዝናኛ ፓርኮችዋ ትታወቃለች። ቸኮሌትና በየሰፈሩ የሚጠመቁት የቢራ ዓይነቶችዋም በሽ ናቸው።

ቤልጄየም የዛሬ፤ ሩዋንዳና ቡሩንዲ አገራት ቅኝ ገዢ ነበረች። የቀድሞ የቤልጄየም ንጉስ ሊዎፖልድ II ኮንጎን ሕዝብዋን ቅኝ ገዢ ብቻ ሳይሆን የግል ንብረቱ አድርጎ በከፉ ጭቆናና ሰቆቃ እንደገዛ ይነገራል። ኢትዮጵያ ሆ፤ ቤልጄየም ለትምህርት እንደምሄድ ለሰው ስናገር የመጀመሪያው ጥያቄ የሚቀርብልኝ የነበረው ሶሻሊስት

ናት ወይስ ካፒታሊስት የሚል ነበር፡፡ ብዙም የሚያውቃት ሰው አልነበረም፡፡ ሃገሬን ለቅቄ መጀመሪያ የኖርኩባትና የተማርኩባት አገር ስለነበረች ሁሌም አእምሮዬ ውስጥ አለች፡፡ ነፃነት ምን እንደሆነ ለመጀመሪያ ጊዜ ለመገንዘብ የበቃሁባት አገር ናት፡፡ ለመጀመሪያ ጊዜ በአደባባይ ትላልቅ የሙዚቃ ኮንሰርት ተዘጋጅተው ሰዉ ሁሉ እየጠጣ ሲጨፍርና ሲዝናና ማየት በኢትዮጵያ የቀይ ሽብር ዘመን ውስጥ ገና ላለፈ ሰው ያስደምማል፡፡ ትላልቅ ህንፃዎች ውስጥ በገባሁ ቁጥር ፍተሻ ያለ እየመሰለኝ ግራ ቀኝ እመለከት ነበር፡፡

እ.ኤ.አ. ነሃሴ 1989 ብረስልስ በገባን ማግስት ዌት ላይ እስቲ ዞር ዞር እንበል ብለን ከጓደኛዬ ጋር እንዳንጠፋ እየተጠነቀቅን ዞርን፡፡ አልፎ አልፎ ላስቲክ ያለው እነስተኛ በርሜል በቅርብ ርቀት በየመንገዱ ተቀምጦ ሳይ ይሄ ምንድነው እያልኩ እራሴን መጠየቄን አስታውሳለሁ፡፡ ለካስ ቆሻሻ ማጠራቀሚያ ኖሯል፡፡ ቆሻሻ ሰብሳቢ መኪና ሲሮጥ መጥቶ ጨልፎ ሲወስደው አየሁና ነገሩ ገባኝ፡፡ አዲስ አበባ እንደዚህ አይነት ነገር ስላልነበር ትናንሽ ነገሮች እንኳን ግር ይላሉ፡፡ ኢትዮጵያ ምግብ አይጣልም፡፡ ካለው ያጣው ይበልጣል፡፡ የተረፈው ካለም ለእኔ ብጤ ይሰጣል፡፡ በጊዜው በየመንገዱም አይበላም ነበር፡፡ እዚህ አገር ግን እቤቱ ከሚበላው ውጪ የሚበላው ሰው ይበዛል፡፡ ከሚበላውም የሚጥለው ምግብና መጠጥ ይበልጣል፡፡ እነሱ ትንሽዬ ሜሬት ይዘው ሁሉ ነገራቸው ተትረፍርፎ የኛ መጽዋች መሆናቸው ልብ ያሳምማል፡፡ በወረቀት ላይ ዕድሜ ልክ ከምታነበው በአይንህ አንድ ቀን ስታየው ድከመታችን እንደ መብረቅ ይመታሃል፡፡ ምግብ መሸጫ መደብር ገብተህ የሰዉን ምግብ ከእንስሶች የታሸገ ምግብ በማታውቀው ቋንቋ መለየትም አስቸጋሪ ነበር፡፡ ከኢትዮጵያ ገና እንደወጣህ ዘጠና ዓይነት የውሻና ድመት ምግብ ተደርድሮ ስታይ ጉድ ትላለህ፡፡

ብረስልስ ጥቂት ቀናት ከፎየን በኋላ ወደ ሉሸን በባቡር አመራን፡፡ ሉሸን ከተማ ከብራስልስ ሰላሳ ኪሎ ሜትር ርቀት ላይ ትገኛለች፡፡ የዩኒቨርሲቲው ከተማ ስለሆነች ነዋሪው በሙሉ ኑሮው ከዩኒቨርሲቲው ጋር የተያያዘ ነው፡፡ የነዋሪው ቋንቋ ፍሌሚሽ (የደች ዳያሌክት) ነው፡፡ በሔድኩ በሳምንቱ ትምህርት ጀመርኩ፡፡ የደች ቋንቋን ለመማር ተመዝግቤ ለትንሽ ጊዜ ቀጠልኩና ጊዜ አጥቼ አቋረጥኩት፡፡ የምማረው ትምህርት የሚሰጠው በእንግሊዘኛ ቋንቋ ስለነበር ፍሌሚሽ ቋንቋ ለመማር የጀመርኩት ከነዋሪው ጋር ለመግባቢያነት እንዲጠቅመኝ ነበር፡፡

ሉሸን ከተማ የኖርኩብት አፓርታማ (Vesalius st. Rm 316)

ሉቨን ከተማ በከፊል

ዩኒቨርሲቲው በ13ኛው ክፍለ ዘመን የተቋቋመ ሲሆን፤ 30 ሺህ ተማሪዎች በላይ ሲኖሩት ከዚህ ውስጥ ከሁለት ሺህ በላይ የሚሆኑት የውጭ ተማሪዎች ነበር፡፡ በእንግሊዘኛ በሚሰጠው የሁለተኛ ዲግሪ MBA (Master of Business Administration) ፕሮግራም ውስጥ ከመቶ የማይበልጡ ተማሪዎች ሲኖሩ ጥቂቶች ግን አራት ነበር፡፡ አያሌውና እኔ ከኢትዮጵያ ፤ አንድ ተማሪ ከዶጋንዳ ስንሆን ሌላው ሰው በ ኤክስቼንጅ ፕሮግራም አሜሪካ ከሚገኘው ኮርኔል ዩኒቨርሲቲ የመጣ ጥቁር አሜሪካዊ ነበር፡፡

ከኛ በፊት ፕሮግራሙ ከአዲስ አበባ ዩኒቨርሲቲ ሂሳብ አያያዝ ትምህርት ክፍል መምህራን ለጥቂት ዓመታት አንድ አንድ ተማሪ አልፎ አልፎ እየፈተነ ሲቀበል ቆይቷል፡፡ በዚያ ዓመት የኔድነው ግን ሁለታችንም የማኔጅመንት መምህራን ነበር፡፡ ፕሮግራሙ ከተለያዩ አውሮፓ አገሮች የተማሪዎች ኤክስቼንጅ ፕሮግራም ነበረው፡፡ በስኮላርሺፕ የመጣነው ከእያንዳንዱ ታዳጊ ክፍለ ዓለም፤ ከአፍሪካ፤ ላቲን አሜሪካ፤ ሕንድ፤ ቻይና፤ ደቡብ ምሥራቅ እስያ ከሁለትና ከሦስት

አንበልጥም፡፡ MBA ፕሮግራሙ ለሃገሩ ዜጎችም ከፍተኛው የማኔጅመንት ማሰልጠኛ ምርጥ ት/ቤት ነው፡፡ በተለያዩ ቦታዎች ሰው ሳገኝ እዚያ እንደምማር ስነግራቸው በጣም ይገረሙ ነበር፡፡ አንዳንዶቹም አያምኑም፡፡ በአንድ ወቅት ከኔ ቤት እዚሁ ፕሮግራም ገብቶ የነበር ጓደኛዬ ‹‹አንድ ፕሮፌሰር ብዙ አፍሪካዊያንን አስተምሬያለሁ እናንተ ኢትዮጵያውያንና ሞሮኮዎች በጣም ትለያላችሁ›› አለኝ ሲለኝ ምንልባት እስከስታችን አንድ አይነት ስለሆን ይሆናል ብዬ ቀልጃለሁ፡፡ አብዛኛው ዜጋ በአፍሪካውያን መካከል ያለውን ልዩነት አያውቁትም፡፡

እዚያ ባለሁበት ወቅት የአለም የእግር ኳስ ዋንጫ ውድድር ሲደረግ ለመጀመሪያ ጊዜ ከአፍሪካ የካሜሩን ቡድን ወደ ሰሚ ፋይናል ሲያልፍ ሮጀር ሚላ የሚባለው ተጫዋቻቸው በእንግሊዝ ቡድን ላይ አስደናቂ ጎል ሲያስቆጥር ቂጡን አወዛውዞ ነበር፡፡ በነጋታው ት/ቤት ስሄድ አንዳንድ ቤልጂጎች ከፊቴ እየዬዱ ቂጣቸውን አያወዛውዙ ይስቃሉ፡፡ ግልፅነታቸውን ወደድኩት፡፡ እኔም አብሬ ሳቅሁ፡፡

በተለይ የአውሮፓን ክረምት ለመጀመሪያ ጊዜ ለመልመድ በጣም ከባድ ነው፡፡ ሰዓቱ ሁሉ ድብልቅልቅ ይልብሃል፡፡ ምንም እንኳ ሰዓት እጃችን ላይ ቢኖርም መንጋትን ከብርሃን ጋር ምሽትን ደግሞ ከጨለማ ጋር ስላያያዝነው ጧት ብርሃን እስኪመጣ ስትጠብቅ እኩል ቀን ሆኖ ታገኘዋለህ፡፡ በጋው ላይ ደግሞ በጠራራው ፀሐይ ሰዓትህ ከምሽቱ ሶስት ሰዓት ሲልህ ምን ግራ የገባው አገር ነው ትላለህ፡፡ መልመድ በጣም ብዙ ጊዜ ይወስዳል፡፡

የድህረ ምረቃ ዲግሪው ፕሮግራም ውስጥ ዘጠና በመቶ የሚሆኑት ኢንጂነሮች ስለነበሩ የሚሰጡት ኮርሶችም በጣም ቴክኒካልና ቁጥር የበዙበት ነበር። የቤልጂየም ትምህርት ሥርዓቱም ካደግሁበት የኢትዮጵያው ሥርዓት ለየት ስለሚል፤ በተለይ የመጀመሪያውን የትምህርት ዓመት መልመድ ከበድ ይላል። በአመት ሁለት ሴሚስተሮች አሉት። የሁለቱንም ሴሚስተሮች ዋና ፈተናዎች በሙሉ (የ14 ኮርሶች ገደማ) የሚሰጡት አንድ ጊዜ ነው። በዓመቱ መጨረሻ ላይ በሰኔ ወር ከአንድ እስከ ሁለት ሳምንት ባልበለጠ ጊዜ ውስጥ ፈተናው ይሰጣል። ቴክስት መጻሕፍት ብዙም ስለማይጠቀሙ ለእያንዳንዱ ትምህርት የሚታዘዙት መጻሕፍትም ብዙ ስለሆኑ የሚያነዝ የሚለቀቀው ይጠፋል። ያም ሆኖ ከትምህርት ውጪ የምሳተፋቸው ነገሮች የበለጠ አጠቃላይ ዕውቀት ይሰጡኛል ብዬ ስለማስብ፤ ትምህርቴ ላይ ብቻ ሙጭጭ ማለት ከልጅነቴ ጀምሮ አልወድም። ሁለተኛ ዓመት ስገባ ከትምህርቱ በተጨማሪ የውጭ ተማሪዎች ማህበር (International Students of Leuven) አመራርነት ተወዳድሬ ፕሬዘዳንት ሆኜ ተመረጥኩ። አዲስ ገፅታ (New Image) በሚል ርዕስ የመጀመሪያው አፍሪካዊ ISOL ፕሬዘደንት (በደች voorzitter) ተብሎ የከተማዋ ጋዜጣ ላይ ተጠቅሶ ነበር። ማህበሩ ቢሮና ጸሐፊ ሲኖረው የምናስተዳድረውም የካፌ ቢዝነስ ነበሩት።

ከግራ ወደ ቀኝ የማህበሩ ምክትል ፕሬዘዳንት፤ፕሬዘዳንትና ፀሃፊ

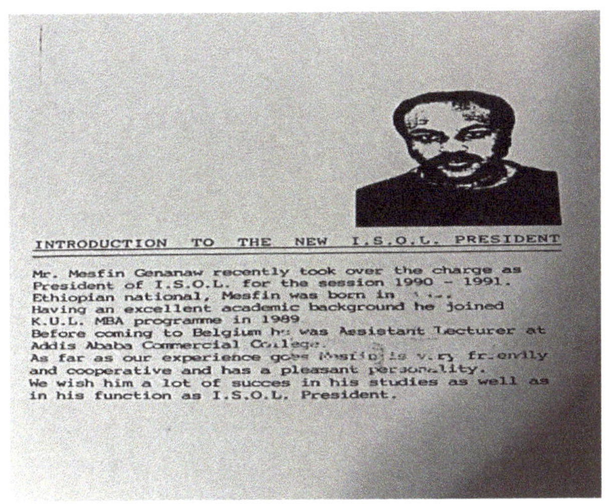

INTRODUCTION TO THE NEW I.S.O.L. PRESIDENT

Mr. Mesfin Genanaw recently took over the charge as
President of I.S.O.L. for the session 1990 – 1991.
Ethiopian national, Mesfin was born in ....
Having an excellent academic background he joined
K.U.L. MBA programme in 1989
Before coming to Belgium he was Assistant Lecturer at
Addis Ababa Commercial College.
As far as our experience goes Mesfin is very friendly
and cooperative and has a pleasant personality.
We wish him a lot of succes in his studies as well as
in his function as I.S.O.L. President.

በISOL አመራርነቴ ከብዙ ተማሪዎች ጋር ስተዋወቅ የተለያዩ ጉብኝቶች ለተማሪዎች እያዘጋጀን ብዙ የአውሮፓ አገሮችን ለመጎብኘት ቻልኩ። ከገጠመኞቼ ሁለቱን ላካፍል-

እንግሊዝ አገር ለመጓብኘት በመርከብ ስንሄድ የጉምሩክ ቢሮ ሠራተኛ (Customs officer) እኔን መርጦ አትገባም አለኝ፡፡ ሁላችንም የዩኒቨርሲቲ ተማሪዎች እንደሆንን ያውቃል፡፡ አጠያየቁ ሁሉ በጣም የማናናቅ ነገር ይታይበታል፡፡ ፓስፖርቴን ለይቶ አውጥቶ ለሥራ ባልደረባው እያሳየ ይሳሳቃሉ፡፡ የኢትዮጵያ መንግሥት በዚያ ዓመት ቀዮን የኢትዮጵያ ፓስፖርት ሰማያዊ ቀለም ስላደረጉት ተሻለ እንጂ፣ የኮሚኒስት ፓስፖርት ብለው ያንጓጥጡ እንደነበር ስምቻለሁ፡፡

ቪዛ አስመትቼ ስለነበር ሌሎች ተማሪዎችን ሲያሳልፍ በምን ምክንያት እንዳስቀመኝ ጠየኩት፡፡ ቪዛም ቢኖርህ ልመልስህ እችላለሁ አለኝ፡፡ የጠየኩህ ጥያቄ መቻል አለመቻልህን ሳይሆን በምን ምክንያት ነው የምትመልሰኝ ብዬ ነው የጠየኩህ አልኩት፡፡ ትዕቢት (Attitude) አለህ ደግሞ ከገባህ ስለማትወጣ ነው አለኝ፡፡ ስኮላርሽፕ እንዳለኝና በቤልጂየም የሁለተኛ ዓመት MBA ተማሪ ስለሆንኩ እንግሊዝ ለመቅረት ቅንጣት ፍላጎት እንደሌለኝ አስረድቼ፣ ዶኩመንቴን ለማቀበል ስሞከር ለማየት ፍቃደኛም አልሆነም፡፡ ሳነጋግረውም በልመናም ሆነ በንዴት መልክ ሳይሆን ፍቃድ ባይሰጠኝም ምንም ደንታ እንደሌለኝ ስላናገርኩት ተናዶብኛል፡፡ በኛ ጨቅጫቅ ምክንያት ሰልፉ ረዘመ፡፡ ከሰልፉ ወጥተህ ቁም ተባልኩ፡፡ ይጓዙ ቸዋው የሜድኩት ተማሪዎች አንድ አውቶቡስ ሙሉ (ባብዛኛው አውሮፓዊያን ያልሆኑ) ተማሪዎች ተሰልፈው እሱን ካላሰገባ እኛም አንገባም ብለው ቆሙ፡፡ ‹‹እናንተን ፈቅጀላችኋለሁ ለምን አትሄዱም›› አላቸው፡፡ መሪያችን እሱ ስለሆን ትተነው አንገባም አሉት፡፡ በመሃል የአፈሰሩ አለቃ ጨቅጫቁን አይቶ ምንድነው ብሎ መጣ፡፡ እኔ ምንም ሳልል ጓደኞቼ አስረዱት፡፡ ዶኩመንቶቼን በሙሉ አየና ፓስፖርቴ ላይ ቀይ ወረቀት ቪዛው ላይ በስቴፕል አጣብቆበት ከአገር ስትወጣ

ይህንን ወረቀት አስረክብ ብሎ አስገባኝ። ከገባን በኋላ አንዱ የካናዳ ተወላጅ ተማሪ መጥቶ እናንተ ኢትዮጵያኖች ልዩ ናችሁ አለ። ለምን ስለው በራሳችሁ በጣም ትተማመናላችሁ አለኝ። እኔ ግን ውስጤ ድብን ብሎ ስለነበር ንቀታቸው ላንድ ቀን ያህል ሰላሜን ቀምቶኝ ነበር። በዚያች ቀን አጋጣሚ አውሮፓ ለአንድ አፍሪካዊ ኑሮ አስቸጋሪ እንደሚሆን ተገነዘብኩ።

ወደ ቤልጅየም ስመጣ እንዳጋጣሚ ሆኖ ከእንግሊዝ አገርም የአንድ ዓመት ስኮላርሺፕ ሊ. ኤም ቢኤ (MBA) ዲግሪ በራሴ ጥረት አግኝቼ ለመምረጥ ተቸግሬ ነበር። የቤልጂየሙን የሁለቱ ዓመት ፕሮግራም መርጨ ነበር የሄድኩት። በዚህች አጋጣሚ ምርጫዬን በጣም ወደድኩት። ከእንግሊዝ አገር ጉዞዬ የወደድኩት ለንደን ያለውን የብሪቲሽ ሙዚየምን መጎብኘቴ ብቻ ነበር። በሚሊዮኖች የሚቆጠሩ የአለም ቅርሶችን ማየት ታሪክ ለሚወድ ሰው የማይረሳ ትምህርት ይሰጣል። ጓደኞቼ ጥለውኝ ወደ ሆቴላቸው ሄደው እኔ ከብዙ ሰዓት በኋላ ምናልባትም ሙዚየሙ ሲዘጋ ወደ ሆቴል መመለሴን አስታውሳለሁ።

በሌላ አውሮፓ ጉዞ ተማሪዎች ይዞ ወደ ቼክ ሪፐብሊክ ፕራግ ከተማ (ያኔ ሃገሩ የሚጠራው በCzechoslovakia ነበር) ሄድኩ። ከትምህርት ቤት ጓደኞቼ ጋር በመሃል ከተማው ስጓዝ ከርቀት አበሻ የሚመስሉ አንድ ወንድና አንድ ሴት ወጣቶች አያለሁ። እየተቀራረብን ስንመጣ የወንዱ ልጅ ፊት የማውቀው ነገር መሰለኝ። ልክ ልንተላለፍ ስንል እሱ እኔን ቀድሞ አውቆኝ መስፍን ነህ አለኝ። በደንብ ሳየው ብይ ተጫወተብኝ ጎህጸዮን ያደግን የልጅነት ጓደኛዬ ሃሰን ነው። የት እንዳለ ምንም የማውቀው ነገር አልነበረም። በፍጹም አይኔን ላምን አልቻልኩም።

አጋጣሚው በጣም ገረመኝ። አለም ትንሽ ናት አልኩ። ተቀጣጥረን እንደገና ተገናኘን። ከተጫዋወትን በኋላ ልንለያይ ስንል አንድ ነገር የት እንደሚገኝ ታውቃለህ ወይ ብዬ ጠየኩት። ምን ሲለኝ ጥሬ ስጋ አልኩት። ቤልጅየም አልነበረም። ተሳስቀን የሚያውቀው ጥሬ ስጋ ቤት ወስጆኝ አይተው ለማያውቁት ቤልጂየም ላሉት 6 የሚሆኑ የዩኒቨርሲቲያችን አበሻ ተማሪዎች 10 ኪሎ የሚሆን ስጋ ገዝቼ ሄድኩ። ቀደም ሲል ከኛ በፊት ቤልጂየም የፒ.ኤች. ዲ ትምህርቱን የሚማረው ሚንጋ ነጋሽ ቤት ሁሉንም በአስቸኳይ ትፈለጋላችሁ ብለን ጠራንና ጥግብ እስክንል ናፍቆታችንን ተወጣን። የዚያን ለት ተጨበጨብልኝ። የተማሪዎች ማህበር ምርጫ ቀን ስላልመጡ ይኼን ባውቅ ኖር እኮ የምርጫው ምልክቴ ጥሬ ስጋ ይሆን ነበር ብዬ ቀለድኩባቸው።

በአንድ ህንፃ የምንኖር PMBA ተማሪዎች

ቤልጁጋዊ ንደኛቸን ካርል ጋር

የካቶሊክ ዩኒቨርሲቲ ጓደኞቼ

የቤልጅየሙ የሁለት ዓመት ትምህርት እያለቀ ሲሄድ ወደ ኢትዮጵያ ለመመለስ ዕቃ መገዛዛት ጀምሬ ነበር። ነገር ግን ከህወሃትና ሻዕብያ ጋር የሚደረገው ጦርነት በጣም እየባሰበት ሄዶ ትምህርቴን በጨረስኩበት እ.ኤ.አ. ግንቦት 1991 ወር መጨረሻ ላይ ሕወሃት አዲስ አበባ መግባቱን ሰማሁ። የሕወሃትን የዘር ፖለቲካ የሚያቀነቅነውን ወረቀቶቻቸውን ውጪ ከወጣሁ በኋላም አገኝ ስለነበር፤ መጪው የኢትዮጵያ ህልውናና ኢትዮጵያዊነት አደገኛ ሁኔታ ውስጥ እንደሚወድቅ ታወቀኝ። ቤተሰቦቼንም ደውዬ ስጠይቅ ሁሉም ትንሽ እዚያው ቆይ አሉኝ።

ብዙ ካሰብኩበት በኋላ አውሮፓ መቆየት ምርጫዬ እንደማይሆን ወሰንኩ። በትምህርቴ መሃል አሜሪካና ካናዳ ገና የመጡ ታናናሽ ወንድሞችና እህቶቼን ለመጠየቅ ለሶስት ሳምንት ሄጄ ስለተመለስኩ ለሁለተኛ ጊዜ አሜሪካ ኤምባሲ የቱሪስት ቪዛ ስጠይቅ ብዙም አላስቸገሩኝም። አገሩን ከመግብኘት በተጨማሪ

አሜሪካ ደርሼ ስመለስ ትልቅ ቆምነገር ያደረኩት ባጠራቀምኩት ገንዘብ ላፕቶፕ ኮምፒውተር ገና መፈብረክ እንደተጀመረ ገዝቼ ወደ ቤልጄየም መሄዴ ነበር። ብዙ ጊዜ በመውሰድ የተጫኑትን ለቢሮ ስራ የሚጠቅሙ ፕሮግራሞችን አጠናሁ። የኮምፒውተር አጠቃቀም በማወቄ በጊዜው በጣም ጥቂት የዓለም ዜጎች ውስጥ እራሴን አንዱ በማድረጌ ለወደፊቱ ሕይወቴ መንገድ ከፈተልኝ።

ትምህርቴን ጨርሼ ዲግሪዮንና ትራንስክሪፕት ከወሰድኩ በኋላ የቤልጄየም መንግሥትን ለሰጡኝ ስኮላርሺፕ በደብዳቤ አመስግኜ ያለቸኝን ትንሽ ጓዜንና ገንዘብ ይዤ አሜሪካ ዋሺንግቶን ዲሲ ወንድሜ አምደ ጽዮንና ጓደኞቹ ቤት በመሄድ ለአንድ ዓመት ገደማ እዚያው ቆየሁ።

ወንድሜ አምዴና ጓደኞቹ

ዋሺንግተን ዲ.ሲ.

አሜሪካ ለስደተኛ የምትመች አገር ናት። በተለይ በሥራ ለሚያምን፤ ለሚጥርና በዓላማ ለሚጓዝ ሰው ለማደግ ህጉም ባህሉም የተመቻቸ ነው። ሁሉም በጣም አይሳካለት ይሆናል። ነገር ግን ኑሮን ለማሻሻፍ ጥረት ብቻ በቂ ነው። በዋሺንግተን ዲሲ አካባቢ ያለው የኢትዮጵያውያኑ መሰባሰብ፤ የአበሻ ምግብ ቤቶች፤ ታዋቂ ዘፋኞች መኖራቸው፤ የድሮ ጓደኞች የማግኘት ዕድልና ሥራ እንደልብ ነው። ከአውሮፓ ብቻ አይደለም ከሌሎች የአሜሪካ ከተሞችም በተሻለ ያማልላል። በተለይ ቤልጂየም ከምንገናኝ የትምህርት ቤት ጓደኞች በስተቀር በጊዜው ነዋሪ አበሻ የምንለው ከጥቂት ሰዎች በስተቀር ስላልነበረ ይህኛው ለትንሽ ጊዜም ቢሆን ሃገር ያስረሳል። ገና ዲሲ የገባሁ ቀን ሃገሬ እንደናፈቀኝ የገባቸው ወንድሜና ጓደኞቹ (አያለው፤ በለጠና ዮናስ - በዚህ አጋጣሚ አዲስ መጤ ሆነው ሳለ ስላስተናገዱኝ አመሰግናለሁ) ወደ 18ኛው ስትሪት ላይ ያለው አዲስ አበባ ሬስቶራንት ወሰዱኝ። ተጫዋቹ ኤሊያስ ተባበል ነበር። እንደኛው ግጥሙ በጣም አሳቀኝ።

ያልፍልኛል ብዬ ካገሬ ብወጣ
ያለ የሌለ ዘፋኝ ተከትሎኝ መጣ!

እንዳለውም በየሬስቶራንቱ ስንሄድ ገርጠት ያሉት ዘፋኞች አገር ቤት የቀሩም አይመስልም። ብዙ ችግሮች እንዳሉ ባውቅም ወደ ኢትዮጵያ ለመመለስ አጥብቄ ስፈልግ ስለነበር የፖለቲካ ጥገኝነት መጠየቁን አልፈለኩም። ትምህርቴን ለመቀጠል

ስለፈለኩ ዲሲ አካባቢ ብቆይ የተለያዩ መሰባሰቦች ጮልጥ አድርገው ይዘውኝ እንደሚሄዱና ትምህርቴን እንደሚያስረሱኝ ገባኝ። በአሜሪካ በሚገኙ ወደ አስር ለሚሆኑ ዩኒቨርሲቲዎች ማመልከቻ አስገባሁ። የሃገሩ ነዋሪ ወይም ዜጋ ስላልነበርኩ የተወሰኑ ዩኒቨርሲቲዎች ቢቀበሉኝም ሙሉ የገንዘብ ዕርዳታ ማግኘት አቃተኝ። እንዳጋጣሚ ጓደኛችን አዲስ ዓለሙ በአጋጣሚ ያገኝት አንድ በሒዩስተን ቴክሳስ የሚገኝ አለም አቀፍ የትምህርት አማካሪ ድርጅት (International Educational Service) ባለቤት የቢዝነስ ካርድ ስጥቶኝ ፅፈላት ነበር። እነሱ ለተወሰነ ጊዜ ወጪዬን ሊረዱኝ እንደሚችሉ ተስፋ ሰጥተውኝ ሁሉንም የትምህርት ማስረጃዎቼን ልኬ ከትንሽ ጊዜ በኋላ መንገድ እየያዘ መጣ።

ከአጎቴ ልጆች ጋር

የወንድሜና የኔ ልጆች፣ እህቴ ባዩሽ ከነልጇ

ከአጎቴ ልጆች ጋር

ሒውስተን ቴከሳስ

ሒውስተን የቴከሳስ ትልቁ ከተማ ሲሆን ከአሜሪካ ደግሞ አራተኛ ከተማ እንደሆነ ይነገራል። ከተማው በጣም ሰፊና ህንፃዎቹም HCHC ብለው ትላልቅ ናቸው። መንገዶቹም እንዲሁ በጎን ስፋታቸው ይታወቃሉ። ከፎርቹን (fortune) 500 ከሚባሉት ትላልቅ ድርጅቶች ውስጥ ከኒውዮርክ 55ቱ ቀጥሎ 54ቱ ዋና መስሪያ ቤታቸው ሒውስተን ነው። በተለይ በዓለማችን የነዳጅ ድርጅቶች ማዕከልነት ይታወቃል። በከተማው ከመቶ አርባ አምስት ያላነሱ የተለያዩ ቋንቋ ተናጋሪዎች ይኖሩባታል። መቶ ሃምሳ የሚሆኑ ሙዚየሞችና የባህል ማዕከላት አሏት። አየሩ በበጋው ወራት በጣም ሞቃታማ ሲሆን፣ በተቀሩት ወራት ግን ለኑሮ አመቺ የሆነ የአየር ጠባይ አላት። በኑር ውድነቱ ከሌሎች የአሜሪካ ከተሞች በአማካይ በስድስት በመቶ የተሻለ መሆኑ ይነገራል።

ከላይ የጠቀስኩት የዓለም አቀፉ የትምህርት አማካሪ ድርጅት አሁን መምጣት ትችላለህ አሉኝ። አንድ ሻንጣዬን ይዤ በጊዜው አንድ ሰው እንኳን አማላቅበት ሄውስተን ከተማ የዶክትሬት ትምህርቴን ለመጀመር መጣሁ። ልማርበት ያመለከትኩበት ራይስ ዩኒቨርሲቲ (Rice University) የትምህርት ቪዛዬንም ያስተካከሉልኝ መስሎኝ ነበር። እዛ ከሄድኩ በኋላ ትምህርት ለመጀመር ቀናት ብቻ ስለቀረው ቪዛ ለማስተካከል በቂ ጊዜ የለንም አሉኝ። ከሃገር ወጥተህ ግባ ብለው አማራጮች ሰጡኝ። እኔ ግን ፍቃደኛ ሳልሆን ቀረሁ። ባቅራቢያው በሚገኘው ቴክሳስ ሳውዘርን ዩኒቨርሲቲ (Texas Southern University) እነሱ እንደሚያስተካከሉት ቃል ገብተውልኝ ትምህርቴን ጀመርኩ። ዶክትሬቴንም በማኔጅመንት ወይም ሂሳብ አያያዝ ከመስራት ይልቅ ኢትዮጵያ ተመልሼ የግል ኮሌጅ እከፍታለሁ ብዬ አስብ ስለነበር፣ በከፍተኛ ትምህርት አስተዳደር ለማጥናት ወሰንኩ። አንድ ሴሚስተር ከቆየሁ በኋላ በገንዘብ ሊረዱኝ ቃል የገቡልኝ የትምህርት አማካሪ ድርጅት ስለከሰሩ እርዳታቸውን አቋረጡብኝ። እንደምንም ሁለተኛውን ሴሚስተር ጨርሼ ዩኒቨርሲቲው ውስጥ ስራ ፍለጋ ገባሁ። በጊዜው በዩኒቨርሲቲው "College of Education" ዲን የነበረው Rod Paige (በኋላ የአሜሪካ ፕሬዘዳንት ጆርጅ ቡሽ ጁኒየር ትምህርት ሚኒስትር ሁኗል) ቀጠሮ ይዤ በድፍረት አነጋገረው ምን ምን ችሎታ እንዳለኝ አስረዳሁት። በተለይ የኮምፒውተር ዕውቀቴን አዳብሬ ስለነበር መጀመሪያ በረዳት ሪሰርች አጥኚነት ለዓመት ያህል በኋላ ደግሞ በላብ ቴክኒሺያንና በጆት ስፔሻሊስትነት ተቀጠርኩ።

የአንዱ ዓመት ውጤቴም ጥሩ ስለነበር ስኮላርሺፕ ሰጥተውኝ የዶክትሬት ትምህርቴንም በዚሁ ዩኒቨርሲቲ መማር ቀጠልኩ። ወዲያው ኮርስ በ Instructional Technology ፍጠር ተብዬ ተማሪዎቼን በተጋባዥ

ፕሮፌሰርነት ማዕረግ ማስተማር ጀመርኩ። በጊዜው ስለ ኮምፒውተር በቂ ዕውቀት ያለው ፕሮፌሰር በኮሌጁ ስላልነበረ ለኔ መሽጋገሪያ ሆነልኝ። አስተማሪዎቼን ሳይቀር ኮምፒውተር አጠቃቀም ማስተማር ገባሁ። የኮሌጁንም የመጀመሪያ ዌብሳይት ሳልጠየቅ ዲዛይን አድርጌ እንደ ናሙና አሳየኋቸው። በዚህ ወቅት የቅርብ አለቃዬና የትምህርት ክፍሉ ሃላፊ የነበረችው ፕሮፌሰር ክላውዴት ሊጋን (Claudette Ligons) ሥራዬን ስለወደደችው፣ ገና ተማሪ ሆኜ ሙሉ ሃላፊነት ወስዳ እንዳስተምር አደረገች። በተለያያ ሥራ አጋዛት ስለነበር እዛው ትምህርቴን እንደጨረስኩ በአስተማሪነት ቋሚ መምህር እንድሆን ትፈልግ ነበር። ነገር ግን እኔ ደግሞ የመጀመሪያና ሁለተኛ ዲግሪዬን ከያዝኩበት ከቢዚነስ ትምህርት አየራቅሁ መሄዱ ምቾት አልሰጠኝም። ሁለት ኮሌጆች ውስጥ በትርፍ ሰዓት አንዷ፣ በሂሳብ አያያዝ ሌላው፣ በማኔጅመንት ማስተማር ጀመርኩ። በየቦታው የማስተምረው በተማርኩበት ትምህርት ቋሚና አስተማማኝ ሥራ የማግኘት ዕድሌን ለማስፋት ነበር። እንዳሰብኩትም የቋሚ ሥራ ዕድል አሁን በማስተምርበት ኮሌጅ ሲወጣ ተወዳድሬ ስለቀጠሩኝ ዩኒቨርሲቲውን ለቀቅሁ። ፕሮፌሰር ሊጋንም በመልቀቄ ደስተኛ እንዳልሆነች ብትገልጽልኝም፣ መሽኛ አዘጋጅታ አስተማሪውን በሙሉ ጋብዛ አሰናበተችኝ።

ይህ በሆነ ከአስር አመት በኋላ በዚሁ ዩኒቨርሲቲ አንድ ዝግጅት ተደርጎ ሄጄ አገኘኋትና ስናወራ አንድ የማልረሳው ነገር ነገረችኝ። "ሁል ቀን እፀልያለሁ። ስፀልይ ለልጆቼና ቤተሰቦቼና የዕድሜ ልክ ጓደኞቼ ስማቸውን ጠርቼ በየቀኑ እፀልይላቸዋለሁ። አንዱም አንተ ነህ" ስትለኝ በጣም ደነገጥኩ። እሺና NASA ይሰራ የነበረው ባለቤቷ በጣም ሃይማኖተኞች እንደሆኑ አውቃለሁ። በዛን ወቅት ከአርባ አመት በላይ አስተምራለች። ከዛ ሁሉ ሰዎች መርጣ ለኔ ማሰቢ በጣም

ገረመኝ፡፡ ሕይወት ላይ የትና መቼ ማን መልካሙን እንደሚያስብልህና ማን የዕድገትህ መሰላል እንደሚሆን አታውቅም፡፡ መልካም ከሥራህ ብዙ መልካም ሰዎች መልካሙን እንደሚመኙልህ ሳታውቀው ትኖራለህ፡፡

ደብረ ሰላም መድኃኔዓለም የኢትዮጵያ አርቶዶክስ ተዋህዶ ቤተክርስቲያን በሒውስተን

የዩኒቨርሲቲውን ከመልቀቄ ሁለት አመት በፊት አስራ ሁለት ኢትዮጵያውያን እናቶች ተሰባስበው በአቶ ታደስ አሻግሬ በሚመራ ኮሚቴ ቤተ ክርስቲያን ለመጀመር በግብፆች ቅዱስ ማርቆስ ቤተ ክርስቲያን ውስጥ ማስቀደስና ስዎች ማሰባሰብ እንደጀመሩ ሰማሁ፡፡ ወደዚያም በመሄድ በከተማው ከሚገኙ ሌሎች ኢትዮጵያውያን ጋር መገናኘት ጀመርኩ፡፡ ሁለት ዓመት ገደማ በዚህ ቤተክርስትያን

ትንሽ ክፍል ውስጥ በመጠነኛ ዋጋ አከራይተውን ስናስቀድስ ከቆየን በኋላ፣ ሦስት ኤከር ባዶ መሬት ብዙ ኢትዮጵያውያን የሚኖሩበት ሰፈር ውስጥ በእዳ ገዝተን በድንኳን ውስጥ ማስቀደስ ጀመርን።

አንደ ኢ.ኢ. 1993 ዓ.ም. የኢትዮጵያ መንግሥት 42 የሚሆኑ የዩኒቨርሲቲ ፕሮፌሰሮች ማባረሩን ስሰማ በጣም አዘንኩ። አንዳንዶቹም የኔም አስተማሪዎች የነበሩና ጓደኞቼም የነበሩም አሉበት። እኔም ብመለስ እጣዬ እንደዛው ሊሆን እንደሚችል በመገመት ለመጀመሪያ ጊዜ ወደ ኢትዮጵያ ላለመመለስ በመወሰን፣ የኑሮ ፍቃዴን ወደ ማስተካከሉ ገባሁ። ኢትዮጵያ ተመልሼ ወገኔን አገለግላለሁ ብዬ ሳስበው የኖርኩት ሕልሜም በዚሁ ጨለመ። የቤተክርስትያን አስተዋፅአዬ እየጨመረ ሄዶ ድንኳን ውስጥ መገልገል በጀመርን አንድ ዓመት ጊዜ ውስጥ ሌላ የአስተዳደር ቦርድ ምርጫ ተደርጎ፣ እኔ ሊቀመንበር ሆኜ ተመረጥኩ። በያዝኩት የዶክትሬት ትምህርትና በማስተምርባቸው ሦስት ቦታዎች ላይ ተጨምሮ፣ ሌላ በወቅቱ በቅጡ ያልተገነዘብኩት ቤተክርስትያን አስተዳደር ጫና እላዬ ላይ ወደቀ።

ከኔ በላይ የሚያገለግሉ ወንድሞችና እህቶች ቢኖሩም፣ በጊዜው ከሁሉም *ሥራዎቼ* በላይ የቤተ ክርስትያኑ ኃላፊነቴ ከብዶኝ ነበር። በተለያየ ምክንያት የተከፋፈለ ሕዝባችንን አስተባብረን ቤተክርስቲያን ህንፃ *መሥራት* በእግዚሃብሄር ፍቃድ በስተቀር በሰው ሃይል የሚቻል ነገር አልነበረም። እምነታችን ላይ ጠንክር ስለምንል በቤተክርስቲያን ጉዳይ ቤተሰብ ለቤተሰብ ይለያያል፣ ጓደኛሞችም ይጣላሉ። አንዳንዴ የኮሚኒቲ ማህበርን ከቤተክርስትያን፣ ዝምድናን ከሃይማኖት፣ ፖለቲካን ከሃይማኖት ጋር መለየት አለመቻል ችግሮችም አሉ። የኮሚኒቲ ኃላፊነት ትንሽም ቢሆን፣ በሁሉም በኩል እውነት ሊኖር ይችላል ብሎ ማዳመጥን ይጠይቃል።

ጥቃቅንና ግልፅ ያልሆኑ ጉዳዮች በየጊዜው አየፈነዱ ትልቁንና ሰማያዊውን አላማ ሊያስቱ ሲፈታተኑ በትዕግስትና በጥበብ በማለፍ ዓላማ ላይ ብቻ ማተኮር ያስፈልጋል።

በዚያ አስቸጋሪ ወቅት የሃይማኖት አባቶቻችን ብዙ ዋጋ ከፈለዋል። አባታችን አባ ለይኩን በቀለና በጊዜው ዳይቆን ተሾመ አምባዬ ከመጀመሪያው ከግብጻች ቤተክርስትያን ጀምሮ ሲጋገለግሉን ከርመዋል። መሬት ገዝተን ድንኳን ውስጥ ከገባን በኋላ የሃይማኖት ትምህርት የሚያስተምረን መምህር ፈልገን ኢትዮጵያ በቅዱስ ኡራኤል ቤተክርስትያን በስብከተ ወንጌል እውቅ የነበረውን ቀሲስ መኮንን ገብረ ጊዮርጊስን አስመጣን። ከዚህ በኋላ የቤተ ክርስቲያኑ አባላት ቁጥር በእጥፍ በማደጉ ቤተክርስቲያኑን ለመስራት ተገፋፋን። ቤተ ክርስቲያን ግንባታ ላይ ጮቄ‍ጮቄ‍ቅ ስለማይጠፋ በህንፃው ስፋትና፤ በተለይም ማን ይሥራው በሚለው ብዙ ጮ‍ቄ‍ጮ‍ቄ‍ቅ አስተናገድን።

የገንዘብ መዋጮው መጀመሪያ ላይ ብዙም አልነቃነቅ አለን። ቤተ ክርስቲያን ለመሥራት ሁለተኛ ዙሩን ጨረታ ያሸነፈውን ድርጅት ሃላፊ እዘው ድንኳኑ ውስጥ እንድንፈራረም በማድረግ ይህንን ያዮት አባላት የዚያኑ ቀን ሃምሳ ሺህ ዶላር ለመስጠት ቃል ገቡ። በዚያን ቀን ያልነበሩ አባላትም በሳምንቱ ቃል ገቡ። በጊዜው ለነበሩን ጥቂት አባላት ትልቅ ገንዘብ ነበር። ቃል የተገባውን ገንዘብ ከሰበሰብን በኋላ፤ አጠቃላይ ወጪውን የሚሸፍን ብድር ጠየቅን። ባንኩ የአባላቱን ቁጥርና የተወሰነ አባላትንም የገቢ ዋስትና አስይዘን ከፀደቀ በኋላ ሥራው ተጀመረ።

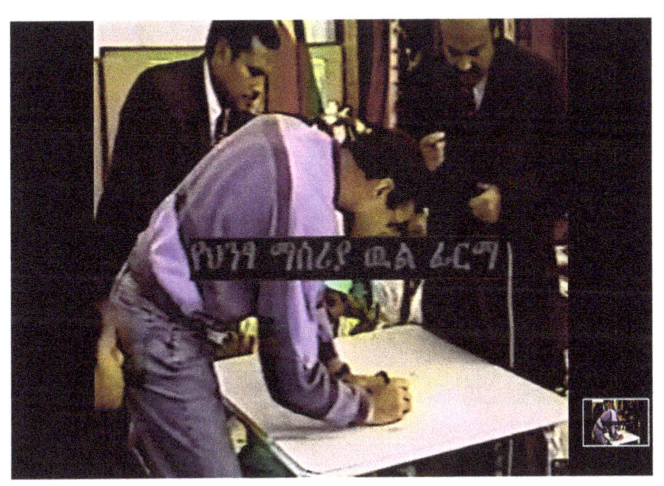

ከብዙ ውጣ ውረድ በኋላ ቤተክርስቲያኑ በ1996 ዓ.ም በአንድ ዓመት ወስጥ ተጠናቆ፤ በጥቅምት መድኀኔዓለም ቀን በጊዜው የሀገረ ስብከቱ ሊቀ ጳጳስ ብፁዕ አቡነ ይስሐቅና በሰሜን አሜሪካ በቅርቡ ከሀገር ቤት የመጡ ሁለት ጳጳሳት (ብፁዕ አቡነ ዜና ማርቆስና አቡነ መልከ ጼዲቅ) በተገኙበት ተመረቀ።

ከግራ ወደቀኝ አቡነ መልከ ጼዲቅ፤ አቡነ ይስሃቅ፤ አቡነ ዜና ማርቆስ

በጊዜው በሰሜን አሜሪካ ያሉት የኢትዮጵያ አርቶዶክስ ተዋህዶ አጥቢያ ቤተ ክርስቲያናት አስር አይሞሉም ነበር። ሁሉም ወይ ተከራይተው ወይም ከሌላ ሃይማኖት ቤተ ክርስቲያን ገዝተው ወይም የነበረ ህንፃ አሻሽለው የሠሩ ናቸው። ድንግል መሬት ቆፍሮ የኢትዮጵያ አርቶዶክስ አጥቢያ ቤተክርስትያን ለመጀመሪያ ጊዜ በሰሜን አሜሪካ የሠራነው እኛ ነን። የደብረ ሰላም የኢትዮጺያ አርቶዶክስ ተዋህዶ ቤተክርስትያን በሒዉስተን ተሠርቶ ላገልግሎት በቃ። ያችን ሦስት ዓመት ሙሉ በብርድና ሙቀት እንደ ቤተ መቅደስ ያገለገለችንን ድንኳን ለማፍረስ ተገደድን። በጊዜው ይህችን ግጥም ለድንኳኗ ጽፌ በቤተ ክርስትያኑ ምረቃ ቀን፤ በጊዜው ጸሐፊያችን የነበረው ከፍያለው በላይ በሬዲዮ ድምፁ አነበባት።

<<ድንኳንዬ!
ጊዜያዊ መቅደስ ከለላዬ
የወንጌል ትምህርት መቅሰሚያዬ
የሙቀትና ብርድ ጥላዬ
የእሁድ እሁድ ትዝታዬ
ሦስት ዓመት ሙሉ ታግለሽ
የቢጋውን ሙቀት አቀዝቀዘሽ
የከረምቱን ብርድ አሙቀሽ
ለአዲሱ ህንፃ ያበቃሽን
አንቺ ድንኳናችን
ባለ ውለታችን
የንጉስ ዳዊት መቅደሳችን!
እንዴት እንከፈል ውለታሽን
እንዴት እናስታውስ ችሮታሽን
አሁንማ ምኑ ጠፍቶ
አዲሱ ህንፃ ተገንብቶ

ያ ሁሉ አለፈና
ያሽጋገርሽው ተረሳና
ሰማሁኝ ሲመካከሩ
መች እናንሳሽ መች እንጣልሽ
እያሉ!
ግና የሰው ፀባይ እንዲህ አይደል
ጊዜው አልፎ ሲሽሻል
የድውሮን አሽቀንጥሮ መጣል?
ላደረግሽልን ውለታ
ለመድኃንያለም ግንባታ
በታሪክ ላይ ተጽፈሽ
ስትታወሽ ትኖሪያለሽ
ደህና ሁኚልን ድንኳናችን
የሦስት ዓመት መቅደሳችን!
መስፍን ገናናው
October 1996

ቤት ክርስቲያናችን ከተመረቀ ብዙም ሳይቆይ፤ የአቢይ ያም መግቢያ አካባቢ ዘማሪዎቻችንን ለማጠናከር በማለት ዕውቁን ሊቀ መዘምራን ይልማ ሃይሉን በቀሲስ መኮንን ጥቆማ ከኢትዮጵያ በቋሚነት አስመጣን። በዚያ ወቅት ዩ ቱብ ስላልተጀመረና ካሴትም እንደልብ የሚገኝ ስላልነበረ፤ የአገር ቤት መዝሙርና ቅኝት መስማት በጣም ናፍቆን ነበር። በመጣ በመጀመሪያው እሁድ አዲሱ የቤተ

መቅደስ መድረክ ላይ ውጥቶ፤ በገናውንና ማሲንቆውን ይዞ ሲዘምር፤ ያላለቀስ ወይም ጥልቅ ስሜት ውስጥ ያልገባ ሰው መኖሩን እጠራጠራለሁ።

ሽሽሽ............ እኔን እኔን እኔን
ፀጋህ ተገፎ አየሁህ
ገላህ ተራቁቶ ታርዘህ
ፈጣሪ አምላክን ተነጥቀህ
በሰው አማልከት ተገዘህ
ሽሽሽ......... እኔን እኔን እኔን
እውነትህ ጠፍቶ ተንቀህ
ቁራሽ አጣህ ሆይ ለምግብህ
ሽሽሽ...... እኔን ወገኔ እኔን

እጅህን አስቲ ዘርጋውና
ምህረት ለምን ከደመና
የሰው ነገርስ አልቋልና
እኔን ወገኔ እኔን ......
ወዳጅ ዘመዴ ምነው
ወዳጅ ዘመዴ ምነው
ወዳጅ ዘመዴ ምነው
መረዳዳቱን ምን ነካው
መፋቀሩንስ ምን ነካው
መዋደዱንስ ምን ነካው

ተመስገንልኝ የኛ ጌታ
ከጥዋት አንስቶ እስከማታ

ተመስገንልን ጌታችን
ለዚህ ያደረስከን
ተመስገንልን ጌታችን
ለዚህ ያደረስከን

ሰማይ ተገልጦ ዘንቦልን
በቾርነቱ ፀበል ስጠን
የምንከፍለው ምን ይሆን
መና ሲሰጠን ጌታችን!
መና ሲሰጠን ጌታችን!

እምቤቴ ማርያም አለምንሻለሁ
በለቅሶ በዋይታ ፌትሽ ወድቄያለሁ
እምቤቴ ስሚኝ ተማፀኛለሁ
እምቤቴ ስሚኝ ተማፀኛለሁ!!

ሃዘኔን ጭንቀቴን ለማን እነግራለሁ
ችግሬን ጉዳቴን ለማን አዋያለሁ
እምቤቴ ስሚኝ ተማፀኛለሁ!!

ሃዘኑ በዛብኝ መከራው ከበደኝ
እንደምን ልቻለው እኔ ብቻዬን ነኝ
የአማኑኤል እናት ፈጥነሽ ድረሽልኝ
የአማኑኤል እናት ፈጥነሽ ድረሽልኝ

በጣም ተንገዳግድኩ ልወድቅ ነው እኔ
እማአምላክ ደግፈኝ ቁሚልኝ ከጎኔ
ምንም አጋር የለኝ ካንቺ በቀር ለኔ
ምንም አጋር የለኝ ካንቺ በቀር ለኔ

እምቤቴ ማርያም አለምንሻለሁ
በለቅሶ በዋይታ ፌትሽ ወድቅያለሁ
እምቤቴ ስሚኝ ተማፀኛለው
እምቤቴ ስሚኝ ተማፀኛለው!!

ሊቀ መዘምራን ይልማ ኃይሉ

የቤተ ክርስቲያኑ አስተዳደር ቦርድ ሊቀመንበር በነበርኩበት ስድስት ዓመታት ቤተ ክርስቲያኑን ከማስራት በተጨማሪ ከሌሎች ብርቱ ወንድሞችና እህቶች ጋር ሆነን የቤተ ክርስቲያኑን ቅጥር ግቢ በእጥፍ አሳድገን (ከ 7 ኤከር በላይ) ፀበል ጸዲቅ መቅመሻ አዳራሽና የልጆች መማሪያ ከፍሎች አሠራን። የቤተክርስትያናችንን መተዳደሪያ ደንብ በአዲስ መልክ እንደገና ፅፈን፤ ጠንከር ያለ የሂሳብና ንብረት አያያዝ ሥርዓት ዘረጋን። ቤተ ክርስቲያኑም በሄውስተንና አካባቢው እንዲታወቅ በተለያዩ የቴሌቪዥኖችና ጋዜጦች እንዲገለፅ አድርገን ለቀጣይ ተረኛ አመራሮች አስረክበናል። እነሱም የበለጠ አስፋፍተውታል።

የደ.ሲ.መ. ቤተክርስቲያን ግንባታ ወቅት የአስተዳደር ቦርድ አባላት ከነበሩት አብዛኛዎቹ

የደ.ሲ.መ. ቤተክርስቲያን ግንባታ ወቅት የአስተዳደር ቦርድ አባላት ከነበሩት በጥቂቱ

ቤተክርስቲያኑ ተመርቆ ገና የማሰሪያው የ30 ዓመት የዕዳ ውል ቀለሙ ሳይደርቅና ከሶስት አመት በፊት የተገዛው ሦስት ኤከር መሬት ብድር ሳይከፈል ለሌላ አራት ኤከር ተጓዳኝ መሬት ግዢ አባላቱን መገፋፋት ቀላል አልነበረም። በጊዜው ባለመሬቱ ይህንን መሬት ለመሸጥ አላሰበም ነበር። እኛ ነን እንዲሸጥ በደብዳቤ የጠየቅነው። ነገ ተነገ ወዲያ መሬቱን ድንገት ቢሸጠውና ቦታው አፓርታማ ቢሠራበት ቤተ ክርስቲያናችን ሰላም አያገኝም ነበር። ለሸያጭ በወጣ ማግስት ነበር ምንም ሳንከራከር የግዢ ውን ቅድሚያ ውል የፈፀምነው። በአንድ ቀን ልዩነት መሬቱን ልናጣ ስለምንችል ማንኛውንም ከፍተኛ ወጪ ደግሞ አባላት ማፅደቅ ስለነበረባቸው ሕግ ላለመጣስ ሲባል፣ ቅድሚያ ተቀማጭን ገንዘብ ከቤተ ክርስቲያን ሳይሆን ከራሳችን አድርገን ተፈራረምን። ፈጣን እርምጃ ባንወስድ ኖሮ አሁን ልንገነባ ያሰብነው ሰፊ ቤተ ክርስቲያን ባለን ትንሽ ቦታ ለመሥራት በፍፁም አይታሰብም ነበር። ሕዝብ ፊት ቀርቤ ሃሳባችንን ካላፀደቃችሁልን፣ መሬቱን እኛው ገዝተን ከአስር ዓመት በኋላ በአስር እጥፍ እንሸጥላችኋለን ማለቴን አስታውሳለሁ። እውነትም አሁን የመሬቱ ዋጋ ከአስር እጥፍ በላይ ሆኗል።

116

መድኃኔዓለም ቤቱ እንዲስፋፋለት በረጅሙ እንድናስብና እንድንደፍር አድርጎናል ብዬ አምናለሁ። ከኛ ጋር ማነፃፀር ቢከብድም አገር ቤት አባቶቻችን አንድ ብር ሳይኖራቸው ነው ቤተክርስትያን ማሰርያ በሚል ምንጣፍ ላይ በየበታው እያነጠፉ፤ ሳንቲሞች ከመዐምናን ለአመታት እየለመኑ ቤተክርስትያን ያስፋፉት።

አንድ ጀምረን ለትንሽ ያልተሳካልን ነገር ቤተክርስትያኑ የሚገኝበትን መንገድ ወደ ኢትዮጵያ ስትሪትነት ለማስቀየር ያደረግነው ሙከራ ነው። የሂውስተን ከተማ ካውንስል በመንገዱ ላይ ያሉትን በሙሉ ባለንብረቶች ካስፈረማችሁ ለመቀየር እንሞክራለን ብለውን በአንድ ድርጅት አለመተባበር ምክንያት ብቻ ሳንገፋበት ቀረን። የሂውስተን ደብረ ሰላም መድኃኔዓለም ቤተክርስቲያን ግንባታ ላይ በጊዜው የነበረው ሩጫና ትግል ከባድ ስለነበር በግንባታው ወቅት ሁሉኑም የለፉ አባላትን ያካተተና ያደረጉትን አስተዋፅኦ የሚያካትት ታሪክ ቢፃፍ አንድ ትልቅ መጽሐፍ ይወጣዋል። እኔ በዚህ የህይወት ታሪኬ ውስጥ የፃፍኩት በኔ አጋፋሪነት የተሳተፍኩባቸውንና ያስታወስኳቸውን የታሪክ አጋጣሚዎችን ብቻ ነው።

ቤት ክርስቲያኑ ከተገነባ በኋላ ተወልደው ያደጉ ልጆችን እምነታቸውን ከማወቅ በተጨማሪ ኢትዮጵያዊነት ውስጣቸው እንዲሰርፅና ዕርስ በርስ እንደወንድምና እህት እንዲተሳሰቡ፤ ሌሎች መጥፎ ጠባዮች እንዳይማሩ በጣም ረድቷል። እኔም ትዳር የያዝኩት ከቤተክርስቲያኑ ግንባታ በኋላ በመሆኑ ልጆቼ በዚሁ ቤተክርስቲያን ድኸው፤ አድገው፤ ጎርምሰው ሳያቸው ልዩ ደስታ ስጥቶኛል።

በ1996 ብቁዕ አቡነ ይስሃቅ ማንደፍሮ የደ.ስ.መ. ቤተክርስቲያንን መርቀው ሲከፍቱ

A DREAM COME TRUE

The opening celebration of Medahne-Alem Ethiopian Orthodox Tewahedo Church included an fund-raising art auction. Above are Kesis Makonen, a priest, and Shemelies Zewde, a deacon. Gathered below are members of the church choir.

Vivian Lee photos

Ethiopian congregation gains home

By VICKI BOMKE THOMSON
ThisWeekend Correspondent

The members of Medahne-Alem Ethiopian Orthodox Tewahedo Church finally have walls to call their own.

Amid worldly religious music and dances, the congregation celebrated the opening of its assembly hall Nov. 9 at 11614 Canemont in southwest Houston.

"This really is phase two, because we have been in a tent for the past three years," said Mesfin Genanaw, chairman of the church's board of trustees. "By early next year, we hope to build additional ...

... and issued an invitation.

"Right now, we want to reach out to the rest of the Ethiopian community to come to our church," he said. "It is a place where they can practice their own language, culture and religion and pass it down to their children. Within a year or so, we have a plan to open a language program so we can teach ... the Ethiopian ...

... determined to open a Sunday school for kids and teen-agers as soon as possible, which is really up with the building of the classrooms."

Founded four years ago, the 200-member congregation seeks to serve the city's increasing Ethiopian population, which Genanaw and T... have estimated to be approximately ...

እ.አ.አ. በ1933 ዓ.ም. አድዋ የተወለዱት ብቁዕ አቡነ ይስሃቅ ማንደፍሮ በወቅቱ

የኢትዮጵያ ኦርቶዶክስ ተዋህዶ ቤተክርስትያን በሰሜን አሜሪካና ካሪቢያን ሃገረ

ስብከት ሊቀ ጻጻስ ነበሩ። ለደብረ ሰላም መድኃኔዓለም መቋቋም ትልቅ አስተዋፅአ አድርገዋል። በጣም የዋህና እሩህሩህ የሆኑ የፍቅር አባት ነበሩ። በተለይ በካሪቢያን (Caribbean) በርካታ የአካባቢውን ተወላጆች በኦርቶዶክስ ሃይማኖት በማጥመቅ ሐዋርያዊ ተልዕኮዋቸውን ተወጥተዋል። እ.አ.አ በ1980 ዓ.ም. ታሞ በተኛበት ታዋቂውን ሙዚቀኛ ቦብ ማርሌንም አጥምቀዋል። ብዙ ቤተ ክርስቲያኖችም በአካባቢው በማሰራት ከተወላጆቻዋ የበለጠ ኢትዮጵያን የሚወዱ ጃማይካኖችን ያፈሩ አባት ነበሩ። ከኒው ዮርክ እኛን ለማገልገል ሲመጡ አየር ማረፊያ አካባቢ ድንገት የሚያዩዋቸው ጃማይካኖች እንዴት እንደሚሆኑ ያየ ሰው የሳቸውን ልዩ የአባትነት ተሰጥዖ በቀላሉ ይረዳል። በቅዱስ ፓትሪያርክ ባስልዮስ ጊዜ በአዜ ኃይለ ሥላሴ ዘመን ወደ ሰሜን አሜሪካ ከተላኩት መነኩሴዎች አንዱ ነበሩ። ሌሎቹ ውጪ መኖር ከብዲቸው ሲመለሱ እሳቸው ግን ሃላፊነቴን ትቼ አልመለስም በማለት ከተማሪዎች በስተቀር ምንም ኢትዮጵያዊያን አሜሪካ ባልነበሩበት ዘመን ብቻቸውን ደፋ ቀና ሲሉ የኖሩ ትልቅ አባት ነበሩ።

«ከኢትዮጵያ ትብብር ባገኝ ኖሮ በ60ዎቹ ዓመታት የአሜሪካኑን ጥቁር ህዝብ ወደ ኦርቶዶክስ ሃይማኖት መቀየር እንችል ነበር» አያሉ ይቆጩ ነበር። እኔህ አባት ላጭር ጊዜ ከታመሙ በኋላ እ.አ.አ በሕዳር 29 2005 ዓ.ም. ሕይወታቸው አልፏል። በካሪቢያን ካሥሯቸው አጥቢያ ቤተ ክርስቲያናት ባንዱ ጃማይካ ኪንግስተን በሚገኘው ቅድስት ሥላሴ ቤተ ክርስቲያን ቀብራቸው ተፈፅሟል።

ቀደም ሲልም ፓትሪያርክ በሕይወት እያለ ሌላ ፓትሪያርክ አይሾምም ብለው ሲኖዶሱ ፈት በድፍረት መቃወማቸው አልተወደደላቸውም ነበር። ኒውዮርክ ላይ

ጃማይካኖችን አስተባብረው ከገዙት ቤተክርስትያን ተባረው አፓርትመንት ተከራይተው እንዲኖሩ መደረጉ፣ በጊዜው በአሜሪካ አገር የነበርነውን አማኞች በጣም አስቆጥቷል። በዚህ ምክንያት የውጩው ሀገረ ስብከት ከዋናው የኢትዮጵያው ሲኖዶስ ተለይቶ እንደነበር ይታወሳል።

የቀድሞው የሒውስተን ከተማ ከንቲባ ሊ ብራውን

ሐዉስተን የሚገኙ አሪየንታል አርቶዶክስ ቤ/ናት ካህናት በደ.ሲ.መ. ቤተክርስቲያን ምረቃ ላይ

በሐዉስተን ቴሌቪዥን ቻናል 11 ስለ ቤተክርስቲያኑ ምስረታ መግለጫ ስሰጥ

ፋዘር ይስሃቅ በሒውስተን የግብፅ ኦርቶዶክስ ቤተክርስቲያን ሊቀ ጳጳስ የነበሩ

በ1996 ዓ.ም. የኢትዮጵያ ቀን ለመጀመሪያ ጊዜ በሒውስተን ከተማ ካውንስል ቢሮ ሲከበር

በ1996 ዓ.ም. የኢትዮጵያ ቀን ለመጀመሪያ ጊዜ በሒዩስተን ከተማ ካውንስል ቢሮ ሲከበር

በልዩ ፕሮግራሞች ላይ የተገኘን የቤተክርስትያን አመራር አባላት

የቤተክርስትያናችን 25ኛ አመት በዓል ሲከበር

የደብረ ሰላም መድኃኒያለም ቤ/ን የቦርድ አባላት ርክክብ ፕሮግራም

ካህናትና አባት መዘምራን

የደብረ ሰላም መድኃኒያለም ቤ/ን እናት መዘምራን

እሁድ እሁድ ከቤ/ን ግልጋሎት በኋላ በቤተሰላም

እሁድ እሁድ ከቤ/ን ግልጋሎት በኋላ በቤተሰላም

በደብረሰላም መድኃኒያለም ቤ/ክን ለስድስት ዓመታት ገደማ በቦርድ ሊቀመንበርነት ካገለገልኩ በኋላ፤ የኦዲት ንዑስ ኮሚቴ አባልና ሊቀመንበር ሆኜ ለበርካታ ዓመታት አገልግያለሁ። ይህች ቤ/ን ያሰባሰበችን ወንድሞችና እህቶችም አብረን በፍቅር አንድ ላይ እያረጀን ነው። ከ2001 ዓ.ም በኋላ ዋነኛ ተሳትፎዬን ወደ ሃገር ጉዳዮችና የኢትዮጵያ ኮሚኒቲ ማኅበርን ወደ ማደራጀት ተሸጋግሬ ለበርካታ ዓመታት በበርካታ ኃላፌነቶች አገልግያለሁ።

በሒውስተን የኢትዮጵያውያን ሕብረተሰብ ማኅበር

የአፄ ኃይለ ሥላሴ መንግሥት ከወደቀ በኋላ የኢትዮጵያ ወጣቶች ወታደራዊው መንግሥት ሥልጣን ለሲቪል መንግሥት እንዲያስረክብ የፖለቲካ ድርጅቶች በማቋቋም ትግል ጀመሩ። ደርግ ጨካኝ እርምጃዎችን ወሰደ። ወጣቱ ወደ ትጥቅ

ትግል ተመመ። የጀመሩት ትግልም አልሳካ ሲል ወደ ጎረቤት አገሮች ተሰደዱ። ኢትዮጵያውያኑ ኢ.አ.አ. በ1980ዎቹ መጀመሪያ ወደ አሜሪካ በስደተኝነት በከፍተኛ ቁጥር ከሱዳንና ከሌሎች የኢትዮጵያ አካባቢ አገሮች ተፈቅደላቸው ሲመጡ፤ ብዙዎቹ እንዲያርፉ የተደረገው በሒውስተን ከተማ ነበር። በዚህም ምክንያት በጊዜው ከሁሉም የአሜሪካ ግዛቶች የበለጠው የኢትዮጵያውያን ቁጥር የሚገኘውም በሒውስተን ከተማ ነበር። የኢትዮጵያውያን የሰሜን አሜሪካ የአግር ኳስ ፌዴሬሽንም በዚሁ ከተማ ተቋቋመ። ከጥቂት ዓመታት በኋላ ግን የነዳጅ ዋጋ በከፍተኛ ሁኔታ ሲያሽቆለቁል፤ የከተማው ኢኮኖሚ ወደቀና ብዙ ነዋሪዋ ሥራውን አጣ። የመጀመሪያ ተባራሪ መጤው በመሆኑ አብዛኛው ኢትዮጵያዊም ከሒውስተን ከተማ ወደ ሌሎች የአሜሪካ ከተሞች እንደገና ተሰደደ። የኮሚኒቲው ቁጥርም ተመናመነ። በሒውስተን የኢትዮጵያውያን ሕብረተሰብ ማኅበር ከተቋቋመ አርባ ዓመት ያለፈው ሲሆን፤ የተለያዩ ኢትዮጵያኖች ሲቀባበሉት የኖረ ድርጅት ነው።

ከ2002 - 2016 ዓ.ም. በሒውስተን የኢትዮጵያ ኮሚውኒቲ ስራ አስኪያጅ ኮሚቴና ቦርድ አባላት በከፊል

እ.አ.አ. በ2002 ዓ.ም. ከሌሎች ወንድሞች ጋር በመተባበር ፈርሶ የነበረውን በሒዉስተን የኢትዮጵያ ኮሚኒቲ ማኅበር በአዲስ መልክ አደራጅተን አዲስ ደንብ አወጣን። ከዚያን ጊዜ ጀምሬ ማኅበሩን ለ14 ዓመታት በቦርድ አባልነትና ሊቀመንበርነት (ዋንኛውን ሥራ የሚሠሩት የጽሕፈት ቤቱ ፕሬዘዳንትና አፊሰሮች ናቸው) በማገልገል ከብዙ ፈተና ማኅበሩን ታድገናል። ብዙ አዳዲስ ከኢትዮጵያ የሚመጡ ወገኖቻችንን በገንዘብ፣ በመረጃ፣ በሕግ አገልግሎት፣ ሥራ በማፈላለግና በማላመድ ረድተናል።

ኢትዮጵያንና ባህሏን ለነዋሪው ሕዝብ በተለያዩ ፕሮግራሞች አስተዋውቀናል። ከዚህም በተጨማሪ በፋይናስ አያያዝና አጠቃቀም፣ በጡረታ እቅዶች፣ በኢንሹራንስ አመራረጥ፣ በንብረት አያያዝ፣ በበጀት አወጣጥ የመሳሰሉ ርዕሶች ለኮሚኒታችን ትምህርት ስጥቻለሁ። ችግሩ አብዛኛው የኮሚኒቲ አባላት እንደነዚህ ዓይነት ፖርክሸፖች ሲሰጡ አይገኙም። ትልቅ ችግር ውስጥ ከገቡ በኋላ ነው መፍትሄ ለማግኘት የሚሯሯጡት። በእውቀት ያልተመራ ኑሮ አቅምን ያሳንሳል። ለብዙ ጭሌዎችና አታላዮችም ያጋልጣል።

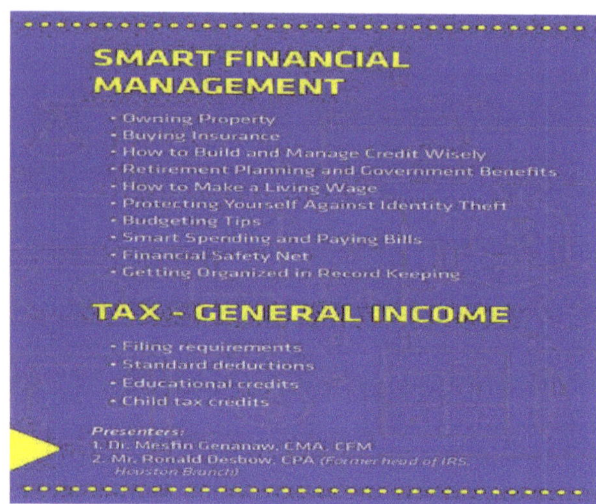

በተጨማሪም በሒውስተን ከተማ የግጥም ምሽት በየጊዜው ይዘጋጃል። አንዳንድ ስሜቴን የሚነኩ ነገሮች ሲያጋጥሙኝ አጫጭር ግጥሞች ስለምጽፍ በነዚህ ምሽቶች ላይ አቀርባለሁ። አልፎ አልፎ ደግሞ በፌስ ቡኬ ላይ ወቅታዊ የሆነ ስሜት የሚስቡ ግጥሞች አሰፍራለሁ። ምናልባትም ወደፊት አጠናቅሬ አንድ የግጥም መድብል አወጣለሁ ብዬ አስባለሁ።

የአገልግሎት እውቅና ከተተኪ የኮሚኒቲ መሪዎች ዳንኤልና ዶ/ር ባያብል ስቀበል

ኢትዮጵያን ዕወቁ ቀን ከሴላው ቦርድ አባል ዶ/ር አባተ ጋር

በ1996 ዓ.ም. የአደዋ 100ኛ ዓመት በዓልን በደማቅ ሁኔታ እሰራበት የነበረው ዩኒቨርሲቲ አዳራሽ የኮንግረስ አባልና ሌሎች እንግዶች በተገኙበት በደማቅ ሁኔታ አከብረናል። ከዚያን ጊዜ ጀምሮ ከጥቂት መቋረጦች በስተቀር በየዓመቱ በዓሉን በኮሚኒቲያችን አስተባባሪነት በሒውስተን ከተማ እናከብራለን። ትምህርቴ ታሪክ ባይሆንም የታሪክ ምሁር በአካባቢያችን ስላልነበረ፣ ከፍተኡን ለመሙላት ብዙውን ጊዜ ስለአድዋ ድል በሒውስተንና በዳላስ እየተጋበዝኩ ጥናቶችን አቅርቤያለሁ። ስለ ኢትዮጵያ ታሪክ ሲነሳ እንደ አድዋ ድል የሚያስደነቅኝ ነገር የለም።

በ1996 የአድዋ ድል መቶኛ ዓመት በዓል በሒውስተን ሲከበር

በዳላስ ቴክሳስ የአድዋን ድል በዓል ስናከብር

በዳላስ ቴክሳስ የአድዋን ድል በዓል ስናከብር

ሄውስተን ለሚገኙ ህፃናት ስለ አድዋ ድል በዓል ትምህርት ስሰጥ

የሒውስተን ኮሚኒቲያችን በኢትዮጵያ ጉዳይ ብዙ እንቅስቃሴዎችን በማድረግ ይታወቃል። የአብዛኛው ኢትዮጵያዊ ተሳትፎ ያን ያህል ባይሆንም አብዛኛውን ትግል በሁሉም መስክ የሚያደርጉት የተወሰኑ ግለሰቦች ናቸው። ትግላቸውም በአብዛኛው ውጤታማ ነው። የተለያዩ የፖለቲካ ፓርቲዎች እንቅስቃሴ በተለያየ ጊዜ ሲካሄድ ቆይቷል። እኔ ግን የፖለቲካ ፓርቲዎች ውስጥ ባልገባም የተለያዩ የሲቪክ ማህበሮች ከሌሎች ወንድሞች ጋር በማቋቋም ብዙ አስተዋፅዎች አድርገናል።

በ1993 አካባቢ ነው። ትምህርቴን እየተማርኩና እያስተማርኩ ሳለ አንድ አሜሪካዊ ቤተሰብ (ዮጂንና በርንዴት) ከኢትዮጵያ ልጅ በጉዲፈቻ ለመውሰድ እየተዘጋጁ እንደሆነና ልጅቷ ደግሞ ታማሚና የሦስት ዓመት ሕፃን እንደሆነች ደውለው ይነግሩኛል። ሕፃኗ ሶሎሜ አማርኛ እንደምትናገርና የሚወስዷት

ቤተሰቦች ደግሞ እንግሊዘኛ ተናጋሪ ናቸው። ከአውሮፕላን ጣቢያ ሲቀበሏት በምን ቋንቋ እንደሚያናግሯት ግራ ገብቷቸው ትንሽ የመጀመሪያ መግባቢያ የሚሆን አማርኛ እንዳስተምራቸው ጠየቁኝ። ምንም እንኳን በጣም በሥራ የተወጠርኩበት ጊዜ ቢሆንም፣ ሁኔታው ስላሳዘነኝ እቤታቸው እየሄድኩ የአማርኛ ፊደልን በላቲኑ ፊደል ጋር እያስተያየሁ አስጠናኋቸው።

ዩጂን፣በርንዴት፣ ሶሎሜና ወንድማቸው

ከዚያም አንዳንድ ማወቅ የፈለጉትን ቃላት (እንደምነሽ፤ እንወድሻለን፤ የምግብ ስሞችንና በርካታ መግባቢያ ቃላቶችን) ለወራት አስጠናኋቸው። ልጅቷም ከኢትዮጵያ መጥታ ተቀበሏት። ሆስፒታልም አስገቧት። ልጅቷ በጣም ግራ ግብት ብሏት ምግቡም ሳይስማማት አስቸግሯት ሳለ መምጣቷን ነገሩኝ፡፡ ‹‹ናና እያት›› ሲሉኝ ከኢትዮጵያ ምግብ ቤት ሁለት አይነት ምግብ ገዝቼ ወደ ሆስፒታል ሄድኩ። ገና ክፍሏ ገብቼ ሰላም ካልኳቸው በኋላ፣ ‹‹እንደምን ነሽ›› ስላት ደንግጣ ከተኛችበት ቁጭ አለች። አዲሶቹ ቤተሰቦቿ ይኸው በሦስት ቀን ውስጥ

ለመጀመሪያ ጊዜ ፊቷ ላይ ፈገግታ አየን ብለው ተደሰቱ። ምግቡን ስሶታት በአንድ ጊዜ ጥርግ አርጋ በላቸው። በጣም አዘንኩም ደስም አለኝ። አባትየው ዩጁን እግዚአብሄር ነው ያመጣህ በል የምግብ ቤቱን አድራሻ ቶሎ ጻፍልኝ ብሎ ሰጠሁት። ከተወሰነ ሕክምና በኋላ ልጅቲም እቤቲ ገባች። ሕክምናው ብዙ ዓመት የሚወስድና ከትትል ስለሚፈልግ፤ አሳዳጊ እናቷ ፕሮፌሽናል ሥራዋን ለዓመታት ትታ እሷን መንከባከብ ዋና ሥራዋ አደረገች። ፍቁም ጤነኛ ልጅ ማምጣት ሲችሉ ታማሚዋን መምረጣቸው ቤተሰቡ ምን ያህል የእግዚአብሄር ሰዎች እንደሆኑ አደነቅኳቸው። እኔም እንደቤተሰብ ሆኜ በተለያዩ ጊዜያት የልደት በዓሏን ሲያከብሩ ይጠሩኛል። ከዓመት በኋላ ልደቷን ሲያከብሩ ኻጅ ሳለ ልክ እኔን ስታይ ሮጣ ትንሻዬ የኢትዮጵያ ባንዲራ ከተቀመጠበት አምጥታ ስጥታኝ ስትሄድ፤ ቤተሰቡ በጣም ተገረሙ። ለካስ አሷም እንደኔው በዚች ባንዲራ ተለከፋ ኖራል። ልጅቷ ከሕመሟ ድና አድጋ ዲግሪ ይዛ በአሁኑ ጊዜ ከአንድ የሲኒማ አክትረስ ጋር ሎሳንጀለስ ከተማ ትስራለች። አልፎ አልፎ ከቤተሰቧ ጋር እንጠያየቃለን።

እኔ በሊቀመንበርነት የመራሁት "Houston Forum for Democracy in Ethiopia" የሚባልና ቀደም ሲልም ለዕርዳታ ያቋቋምነው ማህበር ከጓደኞቼ ጋር የተለያዩ ምሁራን፤ የፖለቲካ መሪዎች፤ ጋዜጠኞች ከኢትዮጵያም ሆነ ከዚሁ ከአሜሪካ አየጋበዝን ውይይቶች ለበርካታ ዓመታት አድርገናል። ሰላማዊ ሰልፎችንም በተለያዩ ጊዜያቶች ኢትዮጵያ ውስጥ ስለሚደረጉ ግድያዎች፤ እስርና እንግልቶች በመቃወም ጮኸናል። ከኮንግረስ አባላት የውግዘት መግለጫዎች እንዲወጡ አድርገናል። ለተለያዩ የነፃነት ታጋዮች የገንዘብ መዋጮ አድርገን ወደ ኢትዮጵያ ልከናል።

ከማስታውሳቸው ውስጥ የአዲስ አበባ ዩኒቨርሲቲ ተማሪዎች እ.ኤ.አ.በ2001 ዓ. ም. ሰልፍ በመውጣታቸው የኢሕአደግ መንግሥት ሲያሳድዳቸው በመቶዎች የሚቆጠሩ ወጣቶች ወደ ኬንያ ተሰደዋል። በካኩማ የስደተኞች ካምፕ በጣም በብዙ ችግር ላይ ሲወድቁ ቀድመን የደረስንላቸው የኛ ኮሚዩኒቲ ነበር።

በኬንያ ካኩማ የስደተኞች ካምፕ

በዚዜው ሰላማው ሰልፍ የሚያስተባብርና የእርዳታ ገንዘብ የሚያሰባስብ ግብረ ሃይል አቋቋምን ተንቀሳቅሰናል። የተማሪዎቹ ፕሬዝዳንት ክነበረው ተከለ ሚካኤል አበበና (አሁን በካናዳ ጠበቃ) ሴሎች መሪዎች ጋር እየተነጋገርኩ በኮሚኒቲያችን ስም እርዳታዎች እንልከላቸው ነበር። ፕሮጀክት እንዲፆፉ አድርጌ በጠቅላላው ከ10,000 ዶላር በላይ ልከንላቸው በቁሚነት በገንዘቡ እየሠሩ እንዲተዳደሩበት አድርገናል። የኢትዮጵያ ነፃ ፕሬስ ጋዜጠኞች ማኅበርም በመንግሥት በጣም በሚዋከብበት ወቅት በዚዜው የማኅበሩን ፕሬዝዳንት አቶ ከፍሌ ሙላትን በማግኘት ከኮሚኒቲያችንና ከሴሎች እውቅ ኢትዮጵያውያን እርዳታ በማሰባሰብ እርዳታዎችን ልከናል። ከፍሌ እራሱ ከተደጋጋሚ እስር አምልጦ ወደ ሴላ አፍሪካ

አገር ሲሄድም ሆነ፤ በኳላም ላይ ወደ ሒውስተን በስደት ሲመጣ የሚገባውን የጀግና አቀባበልና ድጋፍ አድርገናል፡፡ ህሊና ያላቸውና ለዕውነት የቆሙ ጋዜጠኞች በኢትዮጵያ መንግስታት ሲሳደዱና ሲገደሉ ኖረዋል፡፡ በቤተክህነት ምንኩስናን የሚቀበሉ አባቶች የዚህ ዓለም ኑሮ በቃኝ ብለው ተገንዘው ቆብ እንደሚጠልቅላቸው ሁሉ ለዕውነት ያደሩ ደፋር ጋዜጠኞችም ሙያው ውስጥ ሲገቡ ለሚጠብቃቸው ፈተና እንደተገነዙ ይቆጠራል፡፡

ለመምኗራን ማኅበር፤ ለኢትዮጵያ ቀይ መስቀል፤ ለኢሰመጉ፤ በተለያዩ ቦታዎች በዘር ፖለቲካ ምክንያት ለተፈናቀሉ ሰዎች ከወገናችን እርዳታ ሰብስበን ታድገናቸዋል፡፡ ከምርጫ 97 ከሽፈት በኋላ መንግሥት የቅንጅት መሪዎችን ሰብስቦ ወህኒ ሲጥሏቸው ከአስር ለማያንሱ ታዋቂ አስረኞች ቤተሰቦች ገንዘብ ልከን ታድገናል፡፡

የኢትዮጵያ ቀይ መስቀል ፕሬዘዳንት አቶ ሺመልስ አዱኛ ስለላከንላቸው ዕርዳታ ምስጋና ሲያቀርቡ

የኢትዮጲያ መምህራን ማኅበር ሊቀመንበር ዶር. ታዬ ወ/ሰማያት

በተለያያ ጊዜዎች በርካታ ሰዎችን ጋብዘናል። እንደነ ፕሮፌሰር ጌታቸው ኃይሌ፤ ፕሮፌሰር አሥራት ወልደየስ፤ ፕሮፌሰር መስፍን ወልደ ማርያም የመሳሰሉ ታላላቅ የሃገር ፌርጥ የሆኑ ሰዎችን በሕይወት እያሉ ጋብዘን በተለያዩ የሃገር ጉዳዮች አወያይተናል።

ፕሮፌሰር ጌታቸው ኃይሌ

ነፍሳቸውን ይማርና ከፕሮፌሰር ጌታቸው ኃይሌ ጋር በጣም ወዳጆች ነበርን። በግልም በቤተ ክርስቲያንም ብዙ ጊዜ ሒውስተን በተለያዩ ፕሮግራሞች ጋብዘናቸው መጥተው አስተምረውናል።

ፕሮፌሰር ጌታቸው ኃይሌ በሜኔሶታ መኖሪያ ቤታቸው

ፕሮፌሰር ጌታቸው ለኢ.ኦ.ተ.ቤ ላደረጉት አስተዋፅኦ ብፁዕ አቡነ ይስሃቅ ስጦታ ሲሰጡዋቸው

ስለቤተ ክርስቲያንና ስለ ኢትዮጵያ ታሪክ እንደሳቸው ሊቅ የሆነ ሰው አጋጥሞኝ አያውቅም። እንደ ዋርካ የሚታዩ ኢትዮጵያዊ ነበሩ። በሜኔሶታ ከተማ የሚገኘው ቅዱስ ዮሓንስ ዩኒቨርሲቲ በMedieval Studies Regents ፕሮፌሰርነት ሲያገለግሉ በሺዎች የሚቆጠሩ በግዕዝ የተፃፉ የብራና ጽሑፎች

(manuscripts) ከኢትዮጵያ ገዳማት በውስት አምጥተው ወደ እንግሊዘኛ ተርጉመው፣ ዲጂታል ቴክኖሎጂ ባልተስፋፋበት ዘመን በማይክሮፊሽ በማስቀረፅ በአዲስ አበባ ዩኒቨርሲቲና ሴይንት ጆንስ ዩኒቨርሲቲ ላይብረሪ ቅጂዎች አስቀምጠዋል። ይሄ የብዙ ዓመታት ሥራዎቻቸው ነበር። ይህንንም ምክንያት በማድረግ ቤተ ክርስቲያናችን እውቅና ስጥቷቸዋል። ብዙ መጽሐፍት በመፃፍና በርካታ ጥናቶች በማድረግ ባካበቱት ዕውቀት ምክንያት፣ በማንኛውም ጊዜ በውይይት ለሚነሱ ጉዳዮች ብዙ ማስረጃዎችን በመጥቀስ መሞገት ይችላሉ። ብዙዎች የውጫ ታሪክ ምሁራን ስለ ኢትዮጵያ ሲጽፉ የእሳቸውን አስተያየት ይወስዱ ነበር። ቤተክርስትያናችን የኢትዮጵያን የጥንት ቅርሶች ማሰባሰብ ጀምሮ ነበር። ወደፊት የቅርሳቅርሶች ሙዚየም ማቋቋም ከቻላችሁ እኔም ጡሬታ ስወጣ ኖርዬን ወደ ሂውስተን አድርጌ የተቀረውን እድሜዬን ሙዚየሙን እያስተዳደርኩ እዛ እኖራለሁ ብለው ቃል ገብተውልኝ ነበር። እኛም ሙዚየም መገንባቱ አልሆነልንም እሳቸውም ሳይመጡ ቀረ። በ2000 ዓ.ም. "ባህረ ሃሳብ - የዘመን ቆጠራ ቅርሳችን ከታሪክ ማስታወሻ ጋር" በሚል ርዕስ የጿፉት መጽሐፍ በዋሺንግተን ዲሲ ሲመረቅ በመጽሐፉ ላይ ግምገማ ያቀረብኩትም እኔ ነበርኩ። እንዲያውም ስለርዕሱ በደንብ የሚያውቅ ሰው ይገምግመው ብዬ ብማፀናቸው ግዴለም ትችላለህ ብለው አደፋፈሩኛና እንደነገሩ አቀረብኩኝ። ፕሮፌሰር ጌታቸው በጣም ቀልደኛ ስለነበሩ እንደ እድሜ እኩያ እኩል እንቀላለድ ነበር። ያቻን የተወለዱባትን ምድር ዳግመኛ ሳያዩ እንደወደዱ ትና እንደናፈቋት ተመልሰው ሳያይዋት ማለፋቸው አሳዝኖኛል። ለሴቲ ልጃም አስነት ብለው ስሟን ያወጡላት እሳቸው ነበሩ። አስነት የብሉይ ኪዳኑ የያቆብ ልጅ ዮሴፍ ሚስት ስም ነው።

ፕሮፌሰር አሥራት ወልደየስ

ፕሮፌሰር አሥራት ወልደየስ በሕክምናው ዘርፍ ፈር ቀዳጅና በንጉሡ ጊዜ ለጤና ጥበቃ ሚኒስትርነት ሲታጩ፤ ‹‹እኔ ሃኪም ነኝ አልፈልግም›› ብለው በሕክምና ሙያቸው ላይ አተኩረዋል፡፡ በዚሁ ሙያቸውም በመስማራት የመጀመሪያው ኢትዮጵያዊ የልብ ቀዶ ጥገና ሃኪም ሆነዋል፡፡ የብዙ ኢትዮጵያውያንን ሕይወት ያዳኑና ዘመናዊ ሕክምና በኢትዮጵያ እንዲስፋፋ ከፍተኛ አስተዋፅዖ ያደረጉ ትልቅ የሀገር ባለውለታ ነበሩ፡፡ የደርግ መንግሥት እንደወደቀ በኢሕአዴግ አስተባባሪነት በተደረገው ኮንፈረንስ ላይ አዲስ አበባ ዩኒቨርሲቲን በመወከል ተገኝተው ነበር፡፡ ‹‹ስብስቡ የኢትዮጵያውያን ውክልና ስለሌለው በኢትዮጵያ ሀልውና ጉዳይ የመወሰን መብት የለውም›› ብለው የተከራከሩ ብቸኛ ኢትዮጲያዊ ነበሩ፡፡ ከዓመታት በኋላ የኢሕአዴግ መንግሥት እሳቸውንና ሌሎች 41 የአ.አ. ዩኒቨርሲቲ መምህራንን "በአቅም ማነስ" በሚል አሳፋሪ ምክንያት ከዩኒቨርሲቲው አባሯቸዋል፡፡ በዚያና ሌሎችም የአገሪቱ ፖለቲካ መበላሸት ምክንያቶች ብዙዎቻችን ወደ ውጭ ለትምህርት የወጣን የከፍተኛ ትምህርት መምህራን ወደ ኢትዮጵያ ሳንመለስ ቀርተናል፡፡

ፕሮፌሰር አሥራት በሃስት ትርከት ላይ የተመሰረተው የዘር ፖለቲካ በአማራው ሕዝብ ላይ ሊያመጣ የሚችለውን አደጋ ቀድመው በመገንዘብ የፖለቲካ ድርጅት አቋቁመዋል፡፡ ግፉን ለመጋዳደር ሃላፊነት ወስደው ተንቀሳቅሰዋል፡፡ ወያኔ ሰበብ

ፈጥሮ እስር ቤት ወረወራቸው። ከስድስት ዓመታት የእስር እንግልታቸው በኋላ ሕመማቸው አደገኛ ደረጃ ደረሰ። በዚህ ጊዜ ከእስር ፈቶ በቀጥታ በአውሮፕላን አሳፍሮ ለሕክምና ወደ ሕዊስተን ከተማ እ.አ.አ በ1999 ዓ.ም. ላካቸው። አዚህም ከብዙ ዓመታት በሌት ወደ ታከሙበት ሆስፒታል ገቡ። ኮሚዩኒቲያቸን (ካህናትን ጨምሮ) እንደጎርፍ አየኼደ ሲጠይቃቸው ሰነበተ።

ፕሮፌሰር አስራት ወልደየስ ታመው ወደ አሜሪካ ሲመጡ በሕዊስተን ደብረ ሰላም
መድኀኒዓለም ቤተክርስትያን

በሕክምና ላይ ለሳምንታት ከቆዩ በኋላ አንድ እሁድ ዉት ትንሽ ሻል ሲላቸው በቤተክርስቲያናችን ግብዣ ብቅ አሉ። ከዘራቸው ላይ ተደግፈው ቅዳሴው ተጀምሮ እስከሚያልቅ ድረስ እያመማቸው ቆመው አስቀደሱ። ይቀመጡ ብንላቸውም በፍፁም እምቢ አሉ። ሕዝቡን ላለመከፋፈል ሲባል የቤተ ክርስትያን የውስጥ ደንባችን የኢትዮጵያ ፖለቲከኛ መድረክ ላይ እንዲናገር መፍቀድ ይከለክል ነበር።

የአስተዳደር ቦርድ አባላት በጥዋት ተሰብስበን የሳቸው ሁኔታ ልዩ ስለሆነና ሕመማቸውም ወዴት ሊወስዳቸው እንደሚችል ስለማይታወቅ፣ ሕዝብ ፊት ለመናገር ሌላም ዕድል ላያገኙ እንደሚችሉ በመገንዘብ፣ በአብዛኛው የቦርድ አባላት ውሳኔ መድረክ ላይ እንዲናገሩ ተፈቀደ።

አንዴ ያወጣሁ ደንብ ወይም ሕግ ቀድሞ ባላሰብከው ጊዜና ሁኔታ መልሶ ሊያስርህ እንደሚችል የተማርኩበት አጋጣሚ ነበር። ቤተ መቅደሱ ፊት ወጥቼ ስለሳቸው ማንነትና የእምነት ጽናት፣ በኢትዮጵያ ውስጥ ዘመናዊ ሕከምና እንዲስፋፋ ስላደረጉት አስተዋፅኦ፣ በግፍ ስለመታሰራቸውና የሃገሪቱ አንድነት ጥያቄ ውስጥ በወደቀበት ጊዜ ብቻኛ ድምፅ እንደነበሩ አስረድቼ እንዲናገሩ ጋበዝኳቸው።

ፕሮፌሰር አሥራትም ለበርካታ ደቂቃዎች ስለነበሩበት የስድስት ዓመት እስርና በእስር ቤትም ለአንድ ዓመት በሕመም እንደተሰቃዩ ገለፁ። ቤተ ክርስቲያናችንን ‹‹ትንሽቷ ኢትዮጵያ በሂውስተን›› ካሏት በኋላ፣ የኢትዮጵያ ኦርቶዶክስ ቤተክርስቲያን እንዴት በየቀኑ ለኢትዮጵያ ጽናት ስትጸልይ ለሺዎች ዓመታት የኖረች ሃይማኖት እንደሆነች አስረግጠው ገለፁ። መዕመኑም በጭብጨባና በለቅሶ ስሜቱን ገለፀ። በሳላም የፈራነው ደርስ ሕይወታቸው ከጥቂት ሳምንታት በኋላ ሲያልፍ፣ በዚያ ቀን ዝግጅት የቀዳነውን ቪድዮና ለቀብራቸው የሚሆን ያዋጣነውን ገንዘብ ይዤ በዋሽንግተን ዲሲ በተደረገው አስከሬን ሽኝት ላይ ተገኝቼ ለባለቤታቸው ስጥቻለሁ። የቪዲዮው ቄራጭ ቅጂም በማኅበራዊ ሚዲያ በወንድማችን ታማኝ በየነ አማካኝነት ተሰራጭቶ አይቻለሁ።

ፕሮፌሰር መስፍን ወልደ ማርያም

ሌላው የኢትዮጵያ ፈርጥ ፕሮፌሰር መስፍን ወልደ ማርያም ወደር የሌላቸው ጠንካራ የመርህ ሰው ስለነበሩ፤ እሳቸውም ድንገት ማለፋቸው ኢትዮጵያን ጎድቷታል:: ማንኛውንም መንግሥት ባለመፍራት ፊት ለፊት ሲጋፈጡ የኖሩ ምሁር ናቸው:: አዲስ አበባ ዩኒቨርሲቲ ተማሪዎች ሆነን ሳለ ስለ እሳቸው ብዙ ይነገር ነበር:: ጥሩ ውጤት ለተማሪ አይሰጡም እየተባለ ይታሙ ነበር:: በሚያስተምሯቸው የጂኦግራፊ ኮርሶች ተማሪዎች ለምን ወደቅን ሲጠይቋቸው፤ A ውጤት የሚሰጠው የሰማየ ሰማያት ከዋክብትን፤ ተራራዎችን፤ ወንዞችን፤ መአድኖችን፤ ውቅያኖሶችን በሙሉ ለፈጠረው ለእግዚሃብሄር ሲሆን B ደግሞ የሚሰጠው ለአንደኔ አይነት መምህራን C ደግሞ ለጎበዝ ተማሪዎች ነው አሉ እየተባለ እንገረም ነበር:: በአንድ ወቅት ኮሚኒቲያችን ጋብዚቸው መጥተው ንግግር ሲያደርጉ፤ ስለ አቋቋሙት የኢትዮጵያ የሰብዓዊ መብት ጉባዔ (ኢሰመጉ) በስፋት ካስረዱ በኋላ፤ ከኢትዮጵያ ሲወጡ በኢትዮጵያ አየር መንገድ ያጋጠማቸውን ነገር ያጫወቱንን አልረሳውም:: አየር መንገዱ ገና ለመጀመሪያ ጊዜ የኤሌክትሮኒክ መፈተሻ ስካን ማድረጊያ መሳሪያ ማስገባታቸው ነበር:: በውስጡ ሲያልፉ ማሽኑ እየጮኸ አስቸገረና “ይሄ መሳሪያችሁ ዝም ብሎ ነው እንዴ የሚጮኸው” አልኩ አሉ:: የወያኔው ፈታሽ ወዲያው \"ልክ እንደርስዎ ነው\" አለኝ ብለው አሳቁን:: እሳቸውም ሲመልሱለት \"በወጣትነቴ የኢትዮጲያን አገዛዝ መቃወም የጀመርኩት በትግራይ ቸግር ምክንያት ነው:: አንድ ቀን ደግሞ ላንተም እጮሃለሁ\" ብለው

ወጣሁ አሉን። ዘመን ተሻጋሪ አባባል ነው። በሕይወት ቢኖሩ ኖሮ በአሁኑ ሰዓት በየቦታው ስለሚረግፈው ወጣት ትልቅ ድምፅ ይሆኑ እንደነበር አልጠራጠርም።

በሌላ ጊዜ ስለ ኢትዮጵያ ሰብዓዊ መብት ጥሰት በጊዜው PUSAID ዳይሬክተር ለነበረ ሰውዬ ደብዳቤ ጽፈ ነበር። የአባት ስሜን ሳያጥራ ፕሮፌሰር መስፍን ወልደ ማርያም መስየው በአስቸኳይ መልስ ስጥቶኛል። መልሱ ላይ የተጠቀማቸውን ቃላት አንብቤ ነበር እሳቸውን እንደመሰልኩት የገመትኩት። ስለጸፍኩላት አመስግኖኝ የተቻለውንም እንደሚያደርግ ገለፀልኝ። እኔም ዋናው ዓላማዬ ስለተሳካ ተጨማሪ ማብራሪያ ሳልሰጠው ዝም ብያለሁ።

ኢ.ኢ.ዲ.ኤን(EEDN)

በ2000 ዓ.ም. እንደዛሬው የሚዲያ ቴክኖሎጂ ባልተስፋፋበት ወቅት EEDN (Ethiopian Electronic Distribution Network) የሚባል በሺህ የሚቆጠር አባላት የነበሩት የኢትዮጵያኖች የኮምፒተር መወያያ መድረክ ላይ የቦርድ አባል ሆኜ አገልግያለሁ። ብዙዎች በተለያዩ ከፍለ ዓለማት የምንኖር ኢትዮጵያንን ያስተዋወቀ የመጀመሪያው መወያያ መድረክ ነበር። ዶ/ር ሳሙኤል፣ ፀሐይ ደመቀ፣ ግርማ በቀለና አለማየሁ ላቀው በተለያዩ ጊዜ ስብስቡን በመምራት ታላቅ አስተዋፅኦ አድርገዋል። በጊዜው በጣም አንገብጋቢ በሆኑ ሁለት ጉዳዮች ለሳምንታት ኮንፈረንስ አስተባብሪያለሁ። አንደኛው ኢ.ኢ.ኢ. በ2000/2001

ዓ.ም. በጊዜው በሚሊዮኖች የሚቆጠሩ ኢትዮጵያውያንን ይገድል ስለነበረው ኤድስ መስፋፋትና ምን መደረግ ይኖርባቸዋል በሚሉ ጉዳዮች ነው፡፡ ሁለተኛው ደግሞ ስለ መልካም አስተዳደርና ከኢትዮጵያ ኤርትራ ጦርነት በኋላ ስለወደፊቱ የኢትዮጵያ ዕጣ ፈንታ የተመለከተ ነበር፡፡ በኮንፈረንሱም ላይ በጣም ዕውቅ ምሁራን (እንደነ ፕሮፈሰር ዶናልድ ሌቪን (Donald Levine)፤ ፕሮፈሰር ጌታቸው ኃይሌ፤ ፕሮፈሰር ቲዎዶር ቬስታል (Theodore Vestal) ፤ ፕሮፈሰር ፀሐይ ብርሃነ ሥላሴ፤ አቶ አባተ ካሳ፤ ዶ/ር ወንድሙ ነጋሽ፤ ፕሮፈሰር ብርሃኑ አበጋዝ፤ ኢንጂነር ቅጣው እጉኑ ሌሎችም አሁን የዘነጋኋቸው ምሁራን ተሳትፈው በርካታ ጽሑፎች ቀርበውበታል፡፡

የኤድስ በሸታንም በሚመለከት በሂውስተን ኮሚኒቲያችንና ንቁ አባላት አስተባባሪነት የኮንግረስ አባላችን Sheila Jackson Lee (ነፍስ ይማር) ግብዣ በጊዜው በኢትዮጵያ የአሜሪካውን አምባሳደር David Shinn ሂውስተን አስጠርተን አሜሪካ ማድረግ ስለሚገባት ዕርዳታ ተወያይተናል፡፡ አምባሳደሩም እንደገና ከዓመት በኋላ ወደ ሂውስተን ሊያነጋግረን መጥቶ፣ የኢ.ሕ.አ.ዴ.ግ መሪዎችን ስለበሸታው አደገኛነት እንዲረዱትና ትኩረት እንዲሰጡት ያደረገውን ያልተሳካ ጥረት ገልፆልናል፡፡

የአሜሪካ ባለስልጣናት ምልጃ

የኢሕአዴግ መንግሥት ገና እንደፈረሰና የለውጥ ኃይሎች ከፍተኛ ድጋፍ በነበራቸው ወቅት በኢትዮጵያ እውነተኛ ለውጥ ይመጣል በሚል በጊዜው የአሜሪካው Assitant Secretary of State የነበረው Tibor Nagyን ከጥቂት ጓደኞቼ ጋር በአቶ ዳላ አብዱ አስተባባሪነት ጋብዘን፣ በርካታ የኮሚዩኒቲያችን አባላት በተገኙበት ኢትዮጵያ ውስጥ ስላለው ለውጥና አሜሪካ ምን ማድረግ እንዳለባት አስረድተናል። ኢትዮጵያ ላይ የሚደረገው ጫና መልኩን ሲስት የተለያዩ ኮንግረስ አባላት ተወካዮችን አሜሪካ ሁሉንም ኢትዮጵያውያን በእኩልነት እንዲያይ ከሌሎች ወንድሞች ጋር አስረድቻለሁ።

የአሜሪካ ም. የውጭ ጉዳይ ሚኒስትር ቲቦር ናጅ

በሒውስተን በተለያዩ የመንግሥት እርከን ላይ የሚገኙ ባለሥልጣናትን (ኮንግረስ አባላት፤ የከተማው ከንቲባዎች፤ ካውንስል አባላቶች) በመጋበዝ ኢትዮጵያ ውስጥ ስለሚደረገው ሰበዓዊ መብት ጥሰትና የሒውስተን ኮሚኒቲያችን የሚረዳበትን መንገድ አስረድተናል።

የኮንግረስ አባል አል ግሪን።

በቅርቡ ሕይወቷ ያለፈው ትጉኃ የኮንግረስ አባል ሼላ ጃክሰን ሊ

የቀድሞ የሒውስተን ከተማ ከንቲባ ሲይሊ.ሼስተር ተርነር

የኮንግረስ አባል አል ግሪን

የካሊፎርኒያ ኮንግረስ አባል ማክሲም ዋተርስ በሒውስተን ስትጎቦኝ ከአስክንድር፤ዱላና በላይ ጋር

ለሀቴ (LEHETE)

ኢ.አ.አ. 2000 ዓ.ም አካባቢ ከ20 ሺህ ዶላር በላይ የሚያወጡ መማሪያ መጽሐፍት ከRice ዩኒቨርሲቲ በእርዳታ መልክ ወስጄ ወደ አዲስ አበባ ዩኒቨርሲቲ ለመላክ ተዘጋጅቼ ነበር። ሆኖም ከኢትዮጵያው የተንዛዛ ቢሮክራሲና ሎጂስቲክ ችግር በተጨማሪ የኢትዮጵያ መንግሥት ታክስ መከፈል አለብህ ስላለኝ መጽሐፍቱ ሳይኔዱ ቀርተዋል። ሁኔታው በጣም አሳዝኖኝ ወደ ሌላ አፍሪካ አገር ለሚልኩ ሰዎች ስጥቻቸዋለሁ።

በ2018 ዓ.ም. ኢትዮጵያ ውስጥ ለውጥ ሲመጣ ከአሁን በኋላ ከሥራዬ ውጪ ያለውን ጊዜዬን በሙሉ ኢትዮጵያ ላይ ገንቢ ተፅዕና በሚፈጥሩ ነገሮች ላይ ብቻ ለማዋል ወሰንኩ። ለሀቴ (LEHETE - Laptop for Every Higher Education Teacher in Ethiopia) የሚል ፕሮጀክት ነደፌ መንቀሳቀስ ጀመርኩ። ይህን ለትርፍ ያልተቋቋም ድርጅት ስምንት ሒውስተን አካባቢ የሚኖሩ ኢትዮጵያዊያን ፕሮፌሰሮችን ያካተተ፣ በቦርድ የሚመራ የዕርዳታ ድርጅት በቴክሳስ ስቴት አቋቁሜ እርዳታዉን ማስተባበር ጀመርኩ። ከታክስ ውጪ እርዳታውን ኢትዮጵያ ለማስገባት ፍቃድ ለማግኘት በጣም አሰልቺውን የኢትዮጵያን ቢሮክራሲ ካለፍኩ በኋላ፣ የሚያውቁኝ ሰዎችንና ዘመዶቼን ዕርዳታ ጠይቄ የተወሰኑ ላፕቶፖችን ለመላክ ሌላ ፈተናዎች ገጠሙኝ። ከኮምፒውተሮቹ ጋር አብሮ የሚሄድ ተሳፋሪ በሕዝብ አመላላሽ አውሮፕላን ካልሄደ በCargo አውሮፕላን

ብዛት ያላቸውን ባለ Latium Battery ላፕቶፖቻችን ብቻውን ለመላክ አትቻልም ተባልኩ። በመርከብ መላኩ ደግሞ ብዙ ጊዜ ከመውሰዱ በተጨማሪ ሊጠፉ ወይም ሊሰረቁ እንደሚችሉ ተገመተ። እኔ ደግሞ ወደ ኢትዮጵያ ለመሄድ ስላልተመቸኝ ወንድሜ ይዞ እንዲሄድ አደረኩ።

የከፍተኛ ትምህርት ሚኒስቴC ላፕቶፑን ለ15 ዩኒቨርሲቲዎች ማከፋፈላቸውን ከታች በሚታየው ደብዳቤ በጊዜው የከፍተኛ ትምህርት ሚኒስትራ ፕሮፌሰር ሒሩት አሳወቁኝ። ይህችን ትንሽ ነገር ለማድረግ የወሰደብኝ ጊዜና ወጪ በጣም አሰልቺ በመሆኑ፣ የእርዳታዬን አቅጣጫ መቀየC ተገደድኩ። ከብዙ ድርጅቶች ልምና በኋላ የIBM ድርጅትን የዓለም አቀፍ ከፍል ምክትል ፕሬዘዳንት አነጋገርኩ። ኢትዮጵያ ለሚገኙ ከሰላሳ በላይ ለሚሆኑ የመንግሥት ዩኒቨርሲቲዎች ለማስተማሪያ የሚሆኑ መጸሕፍትና ቪዲዮዎችን በበይነ መረብ መጠቀም የሚያስችል አክሰስ (access) በዕርዳታ መልክ እንዲሰጣቸው አደረግን። አሠልጣኞችም ኢትዮጵያ ሄደው የዩኒቨርሲቲዎቹን ቴከኖሎጂ አዋቂዎች እንዲያሰለጥኑ ተደረገ።

የIBM ባለሥልጣኑ እንደነገረኝ በአሜሪካ አገር ላሉ ዩኒቨርሲቲዎች ይህንን አክሰስ (access) ለመስጠት በሚሊዮን ዶላሮች ከአያንዳንዱ ዩኒቨርሲቲ እንደሚጠይቁ ነው። ነገር ግን የኢትዮጵያ ዩኒቨርሲቲዎች ምን ያህል በዕድሉ እንደተጠቀሙበት የሚገናኙኝ ባለስልጣኖች በመቀያየራቸው ምክንያት መረጃውን ማግኘት አልቻልኩም። በዚህ አጋጣሚ ለረዳችሁኝ ለጓሾችና ቦርድ አባላት በሙሉ ምስጋናዬን አቀርባለሁ።

ከልጃቸ ጋር ኢትዮጵያ የሚላኩ ላፕቶፖች ስናሽግ

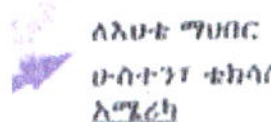

ቀን/Date: ለ 0 9 2012

ቁጥር/Ref: ሚ/ሳ/ከ/ፐ/ሃ/6/14369/12

ለእህቴ ማህበር
ሁስተንገ ቴክሳስ
አሜሪካ

ጉዳዩ፣ ምስጋና ስለማቅረብ

ለሀገራችን የከፍተኛ የትምህርት ተቋማት ለጥናትና ምርምር አገልግሎት እንዲውሉ በድጋፍ ከማህበሩ የተላኩልንን 25 ላፕቶፖች ደርሰው ተረክበናል።

ለእህቴ ማህበር ያደረገልን ድጋፍ ከፍተኛ እርዳነት ያለውና በአሜሪካና በተለያዩ የውጭ ሀገራት የሚኖሩ ኢትዮጵያውያን ፈለጉን እንዲከተሉ የሚያነሳሳ በጎ ተግባር ሆኖ አግኝተነዋል።

ለእህቴ ማህበር ያደረገልን ድጋፍ በዚህ የሚቆም እንደልሆነና በሰሜን አሜሪካ የሚኖሩ ኢትዮጵያውያንን በማስተባበር በማቴሪያልም ሆነ እገር ቤት በመምጣት በከፍተኛ ትምህርት ተቋጋት በማስተማርና በምርምር ስራዎች እንዲደግፋን እንደሚያደርግ እናምናለን።

ከሁሉ በላይ የማህበሩ ፕሬዚዳንት የሆነት ዶ/ር መስፍን ገናዉ ይህንን ድጋፍ በማስተባበር፣ የሀገራችን ከፍተኛ ትምህርት ተቋማት IBM ከተባለው ድርጅት ጋ የአዉድ ተጠቃሚ እንዲሆኑ በማድረግና በሀገራችን በሚገኙ የከፍተኛ ትምህርት ተቋማት የአዉር ጊዜ ስልጠና በመስጠት ልአደረጉት ከፍተኛ አስተዋጽኦ ክልብ እናመሰግናለን።

በመጨረሻም ለእህቴ ማህበር ለአደረገልን የላፕቶፕ ድጋፍ በራሴና በሳይንስና ከፍተኛ ትምህርት ሚኒስቴር ማህበረሰብ ስም ከፍተኛ ምስጋና እያቀረብኩ የተለገሱት ላፕቶፖች የተበጣቸው ሚኒስቴር መስሪያ ቤቱና ዩኒቨርስቲዎች ዝርዝር ከዚህ ጋር የተያያዘ መሆኑን ለማሳዎት እወዳለሁ።

ከሰላምታ ጋር

ግልባጭ፣

- ለሚኒስትር ጽ/ቤት
- ለሚኒስትር ዴኤታ ጽ/ቤት
- ለአለምአቀፋዊነትና አጋርነት ዳይሬክቶሬት

ነብሩ ከጫካ ቢወጣም....

አንድ ሰው ከተፈጠረበት ምድር ወጥቶ ሌላ ምድር ርቆ ቢኖርም፤ የተነሳበትን ምድርና ያደገበትን ባህልና ማንነት እንዴት አድርጎ ከራሱ ሊያወጣው ይቻለዋል? ላራግፈውም ቢል እንኳ ህዋሳቱ ውስጥ በልጅነቱ በሲሚንቶ የተመረገው ማንነትና ባህርይ ሚዛን ይደፋል ወይም አፎትቶ መውጣቱ አይቀርም። ምናልባት መቀየር ወይም ማሻሻል የሚችለው ቋንቋውን፤ አመለካከቱን፤ አነጋገሩን፤ ውጫዊ ባህሪውንና አለባበሱን ወይንም የለበሰውን ዜግነት እንጂ ገና ልጅ ሆኖ ቤት የሠራው ማንነቱ ወይ ፍንክች ብሎ ገትሮ ይይዘዋል። በርግጥ ሁሉም ሰው ሁሉን ነገር አጥብቆ አይይዝም። ያንዱ ብሎን ቆሎ ይላላል፤ የሌላው ደግም ተከርችሞ ካልተሰበረ ለማነቃነቅ አስቸጋሪ ይሆናል። ፈታኝ ጊዜና የሕልውና አደጋ ሲከሰት የነብሩ ደመነብስ ወደ አደገበት ጫካ እንደሚወስደው ሁሉ የሰው ልጅም ማንነቱና ሕልውናው ላይ አደጋ ሲከሰት ለመኖር ሲል የአውሬነት ባህርይ ሊያሳይ ይችላል። ለሥጋና በሥጋ ከሚኖርበት ምድር በልቦናው የሰረፀቸው ምድር ወይም ጫካ ህሊና ትነሳዋለች።

ከኢትዮጵያ ስወጣ ትምህርቴን ተምሬ አመለሳለሁ የሚል ፅኑ ሃሳብ እንደነበረኝ ቀደም ብዬ ጠቅሻለሁ። ምንም እንኳን የደርግ ጊዜ ፖለቲካ በጣም አስቸጋሪ የነበረ ቢሆንም፤ ኢትዮጵያውያን እንደ ሕዝብ ሕልውናቸው አደጋ ላይ የወደቀ አልነበረም። መመለሱ ሳይሳካልኝ ቀርቶ እስከጊዜው ውጪ ለመኖር ስወስን ግን፤ ኢትዮጵያን ከውስጤ ማውጣት ለአንድ አፍታም አልሆነልኝም። ከሀገር ከወጣሁብት ቀን ጀምሮ ዉት ማታ ስለ ኢትዮጵያ ዜና ሳልከታተል የዋልኩበትን

ቀን አላሰታውስም። ህገሬን በውስጤ ተሸክሜ ስታዝን አዝናለሁ ስትደሰትም እደሰታለሁ። በሄድኩበትም ህገሬን ይገርያት ተጉዟለሁ። ከመሰል ወንድሞቼና እህቶቼ ጋር ባለንበት ቋንቋችንን፤ ባህላችንን፣ የዕምነት ቤታችንን፣ ሰንደቅ አላማችንንና ያለተከፋፈለቸዋን የድሮዋን ኢትዮጵያን በአይምሯችን ይዘን ኑሮን ቀጥለናል።

ቀደም ብዬ እንደጠቀስኩት ከአውሮፓ ገና ወደ አሜሪካ እንደመጣሁ ከዋሺንግተን ዲሲ አካባቢ ወደ ሒውስተን ቴክሳስ የሄድኩት ዲሲ ብዙ የኮሚኒቲ እንቅስቃሴዎች ስለሚበዙ የትምህርቴን ጉዳይ እንዳያዛናጉኝ ነበር። ነገር ግን እንዳያችሁት ነብሩ ከዱር ቢወጣም፣ የዱር ባህሪው ስለማይለቀው ሒውስተን ከመጣሁ በኋላም ጭኖራሽ ጭልጥ ብዬ ገባሁበት። ባለሁበት ሒውስተን ከተማ ኢትዮጵያን ለመፍጠር ትግል ላይ ያለሁ እስኪመስል ድረስ፣ በማንኛውም የኢትዮጵያ ነክ ጉዳዮች ውስጥ የዓላማ አንድነት ካለን ወንድሞች ጋር እንደ አምባሳደር እሳተፋለሁ። አራሴን ባልጥልም ከግል ስኬት ይልቅ የበለጠ የሚያስደስተኝ የጋራ ስኬት ነው። በተሳትፎዬም ከስጋ ወንድሞቼና እህቶቼ ያላነስ የምንተሳሰብና የምንደጋገፍ ወንድሞችና እህቶች አፍርቻለሁ።

ኮሚዩኒቲ መገንባት የመረዳዳት ባህልን ያሳድጋል። በሌላው ኢትዮጵያዊ ስኬት መደሰት እንጂ መከፋት የራስን አቅም ማኮሰስ ነው። የተሳካለትም ሰው ሌላው እንዲሳካለት መደገፍ የጋራ ኃይልን ማጎልበት ነው። ያንተ ሻማ ከበራ የሌላውን ስለሌኮስከለት ያንተ አይጠፋም። ብርሃኑ ይጨምራል እንጂ አይደበዝዝም። ያንተም በተራህ ቢጠፋብህ ከሱ ትለኩሳለህ። ተደጋግፎ ማደግ መፈለግና መረዳዳት አቅምን ያሳድጋል። እድገትም ሆነ ብልዕግና ከወገን ወይም ሕብረተሰብ

ጋር ሲሆን፤ የበለጠ ያረካኛል። ደስታም ሆነ ስኬት ከሰው ጋር በተካፈልነው ቁጥር ስለሚበዛ፤ የተለየ ዕርካታን ይሰጣል። ይሄ የኔ ብቻ አስተሳሰብ ሳይሆን፤ ሌትና ቀን ሃገራቸውን ሲያስቡ የሚኖሩ የግል ሕይወታቸውን ፈፅሞ የረሱ ኢትዮጵያውያንም በዳያስፖራ አሉ። አለመታደል ሆኖ ሃገራቸውን ብዙ የሚወዱ ልጆቿ በየአገሩ ተበትነው የሰው አገር ሕዝቦች አገልጋይ ሆነዋል።

የኢትዮጵያ ዳያስፖራው ድክመት ለኮሚኒቲውም እድገት ሆነ ለትውልድ ሀገር ዲሞክራሲና ኢኮኖሚ ግንባታ የሚደረጉ እንቅስቃሴዎች ተከታታይነት ማጣታቸው ነው። ለኮሚዩኒቲ ኃላፊነት ሲመርጡህ፤ ውለታ እንደዋለልህ የሚቆጥርብህ ሰው ቁጥር ትንሽ አይደለም። አላማውን አይቶ መፅናት ነው እንጂ ሰው ያመሰግነኛል ብሎ ኃላፊነት መቀበል ወደ ተስፋ መቁረጥ ይዳርጋል። ፀሐይ ስትወጣ አብዛኛው ሰው ተሳትፎው ይጨምራል። ፀሐይዋ ስትጠልቅ ደግሞ ከጨዋታው ውጪ ይሆናል። ማንኛውም ጥረት ዓይነተኛ ለውጥ ሊያመጣ የሚችለው ያለመታከት አላማ ላይ ፅናት ሲኖር ብቻ ነው። የሁሉም አገሮች ዳያስፖራዎች የሚንቀሳቀሱት በጥቂት ሰዎች ቢሆንም፤ መሰረታዊ ለውጥ የሚያመጡት ግን በቁሚነት ያብዛኛው አባላት ተሳትፎና ትብብር ያላቸው ብቻ ናቸው። አይሁዶች አገራቸውን አጥተው ወደ አገራቸው የተመለሱት ከሁለት ሺህ ዓመታት ፅኑ ትግል በኋላ መሆኑን ያስታውሷል።

በሒወስተን ያፈራሁት ቤተሰቤ

ለፈጣሪ ምስጋና ይግባውና የግል ሕይወቴ የተሳካ ነው። ከባለቤቴ ዶ/ር ሃሌሉያ ታደለ ገብረ ሕይወት ጋር በትዳር ከተጣመርንበት ከ2002 ዓ.ም. ጀምሮ በፍቅር ኖረን፣ ሁለት እንቁ ልጆች ወልደን አሳድገን ለኮሌጅ አበቅተናል። በአሁኑ ሰዓት ታላቅ ልጃችን አስነት መስፍን በ Texas A&M ዩኒቨርሲቲ የ Premedical ትምህርት አራተኛ ዓመት ተማሪ ስትሆን ወንዱ ልጃችን ኢዛና መስፍን በ North Texas ዩኒቨርሲቲ በMechanical ኢንጂነሪንግ ሦስተኛ ዓመት ተማሪ ነው። ከባለቤቴ ጋር ስንተዋወቅ ግጥምጥሞሹ አስገራሚ ነበር። መነሻ ትውውቄ የሆነው ኖርዌይ ከሚኖረው ዘመዴ ደራሲና ጋዜጠኛ አበራ ለማ ጋር በስልክ ስንጫዋወት "አንተ ትዳር ያዝ እንጂ ለሁሉ ጉዳይ ስትራሮጥ እራስህን ረስተሃል" ይለኛል። እኔም "እያስብኩበት ነው አሁን ግን በጣም ሥራ ስለሚበዛብኝ ትንሽ ጊዜ እፈልጋለሁ" እለዋለሁ። "አንዲት ልጅ አለች። በሕክምና ዶክተርነት ከፓላንድ ተመርቃለች። አሁን እዚህ ኖርዌይ ነች" ይለኛል። እኔ "የረጅም ርቀት ትውውቆሽ አልፈልግም" እላለሁ።

ከያዝ የማይለቀው አበራ "አባቺንም ታውቀዋለህ EEDN ውስጥ ይጽፋል። ዶክተር ታደለ ገብረ ሕይወት ይባላል። አሁን ከባለቤቱ ጋር ወደ አሜሪካ መጥቷል። ከኔ ጋር አበልጅ ነን። ከድር ጀምሮ ነው በጓደኝነት የምንተዋወቀው። ቁጥራን ልስጥህና ሲመቹህ ደውልላት" አለኝ። እሱን ላለማስከፋት እሺ እደውላለሁ ስጠኝ ብዬው

ቄጥሯን ወስጆ ‹‹ስሚ ማን ነው?›› አልኩት። "ሃሌሉያ ነው ስሚ" አለኝ። ልቤ ድንግጥ ይላል። የደነገጥኩት ያን ሰሞን ቅዳሴ ለመማር የቅዳሴ ቴፕ መኪናዬ ውስጥ ከሥራ ስሄድና ስመጣ እያጫወትኩ ማጥናት ጀምሬ ነበር። የእሁድ ቅዳሴው ሕዝብ የሚለው የሚጀምረው በ "ሃሌሉያ! አመቦ በእሲ እምእመእናን ዘቦአ ቤተ ክርስቲያን በጊዜ ቅዳሴ ....." እያለ ስለሆነ ግዕዝ ስላልተማርኩ ለመሸምደድ ከብዶኝ ነበር። ስለዚህ እየደጋገምኩ እየሰማሁና እኔም ይህንኑ በሃሌሉያ የሚጀምረውን ስንኝ ደጋግሜ ለቀናት አለው ስለነበር ነው። አበራ ትንፋሼ ሲጠፋበት፤"ምነው ዝም አልክ? " ሲል ጠየቀኝ። ‹‹እውነትህን ነው ወይስ ትቀልዳለህ?›› አልኩት። "እውነቴን ነው" አለኝ። ያን ቀን ለሱ ምንም ሳልለው፤ ቄጥሯን ወስጆ ነገሩን አስቤበት በሳምንቱ ስልኩን ደወልኩ። የቀረውን ለታሪክ መተው ነው።

ይህን ታሪክ ለመጀመሪያ ጊዜ የተናገርኩት ሒውስተን የሠርጋችን ማግሥት የመልሳቾን እራት ግብዣ ላይ እቤቴ ለመጣው ቤተዘመድ በሙሉ ነው። እሷም ይህን ታሪክ ያወቀችው ያን ቀን ነው። ከዛ በኋላ ሁለት ልጆች (ሴትና ወንድ) በተከታታይ ወልደን ማሳደጉን ተያያዝነው። በጊዜው እኔ ሁለት ሦስት ቦታ አስተምር ስለነበር ልጆቻችን ስድስተኛ ክፍል እስኪጨርሱ ድረስ የልጆች ኃላፊነቱ ባመዛኙ በባለቤቴ ላይ የወደቀ ነበር። ሙሉ ትኩረቷን ልጆች እድገት ላይ ለማዋል የራሷን ትምህርትና ፕሮፌሽናል ሥራ በመተው በጥሩ ምግባር አንዲያድጉ ደክማለች። እኔም በተራዬ እሷ አንደገና ትምህርት ቤት ገብታ ስትማርና የሆስፒታል ሥራ ስትጀምር ሚዛኑ ወደኔ ስለ አጋደለ ድካሟን የተገዘብኩበት ሁኔታ ነበር። ይሄንን ሁሉ ለፍታ ልጆቻችን አፋቸውን ሲፈቱ የተናገሩት

የመጅመሪያ ቃል አባቴ (Daddy) ሲሉ "ይታደጊል እንጂ ይታገዊል" ማለቴ አልቀረም። እግዚሃብሄር ይመስገን ልጆቻችን በትምህርታቸው ነብዝ በፀባያቸውም የተባረኩ ሆነዋል። የእርሱን ዕሩህሩህ ባህርይና ፈገግታም ወርሰዋል።

የሥርጋችን ክፍል ገጽታ ከቤተሰቦቻችን ጋር

ከዓመታት በፊት ሰርጋችንን የደገሱልን የቤተክርስትያናችን ነባር አባላት እህቶች በከፊል

የቤተሰቤ ያሁን ቁመና

ለአንድ መጤ ወይም ስደተኛ ቤተሰብ ባላደገበት ባህል ልጆች ማሳደግ ብዙ ውጣ ውረድ አለው። ሁለት ባህል፤ ሁለት ቋንቋና ሁለት አስተሳሰብ አስማምቶ ልጅ ማሳደግ ፈተናው ብዙ ነው። የሚወለዱት ልጆች ቀን የሚውሉት ከሀገሬው ልጆች ጋር ስለሆነ፤ እቤት ሲገቡ ሁሉ ነገር ሲቀየርባቸው ግር ይላቸዋል። አንዳንዬም ከሌሎች ልጆች ያነሱ ሊመስላቸው ስለሚችል ቤተሰብ በተቻለው መጠን የነሱንም እይታ በማየት ልጆችን ማስረዳት ይጠበቅበታል። እንደ አገር ቤት በመቅጣት

ሲብስም በመምታት ልጆችን ማስተካከል አይቻልም። ይህ አይነቱ ቅጣት በሌሎች ጓደኞቻቸው ላይ የተለመደ ስላልሆነ ካደጉ በኋላ ከወላጅ ጋር አማይፋቅ መቃቃር ውስጥ ሊገቡ ይችላል። አሜሪካ ነው ብሎ እንደፈለጉ እንዲሆኑ መልቀቅም አደጋ አለው።

በተለይ ልጆች የሚማሩበት ትምህርት ቤት ከምን ዓይነት ጓደኞች ጋር እንደሚውሉ ይወስናል። ከስራ ቦታ እርቆም ቢሆን፣ ቤተሰብ በተቻለው አቅም ልጆችን ጥሩ ትምህርት ቤት ማስገባቱ የልጆችን የወደፊት ተስፋና ስኬት ሊያሳምረው ይችላል። ይኸ ደግሞ ሁለት ሥራ እየሠሩ ልጆች እያሳደጉ ለሚኖሩ ቤተሰቦች ፈተናው ቀላል አይሆንም። እንደዘዛም ሆኖ የብዙ ኢትዮጵያኖች ልጆች በትምህርታቸው ስኬታማ ሆነው ትላልቅ ቦታ እየደረሱ ነው። እኛ ቀንጨረን ይሁን እነሱ የተሻለ የተመጣጠነ ምግብ በመብላታቸው አላውቅም፤ አብዛኛዎቹ አሜሪካ የሚወለዱ ልጆቻችን ከቤተሰቦቻቸው ቁመት ረዘመው መታየታቸው የሚገርመኝ ነገር ነው።

የአሜሪካ ትምህርቴና የማስተማር ሕይወቴ

ትምህርቴን በተመለከተ የዶክትሬት ትምህርቴን በTexas Southern University በ1999 ዓ.ም. በከፍተኛ ትምህርት አስተዳደርና ሂሳብ አያያዝ በክብር ጨረስኩ። በኋላም ከ Harvard ዩኒቨርሲቲ graduate ሰርትፍኬት በሂሳብ አያያዝ ሥርቼ ተጨማሪ ሦስት ፕሮፌሽናል ሰርቲፊኬቶች/licenses ከ Institute of Management Accountants አገኘሁ።

በ1999 ዓ.ም. የዶክትሬት ድግሪዬን የተቀበልኩ ቀን ከዶ/ር አካሉ፣ አባስና ዶ/ር ማሞ ጋር

ሥራዬ መምህርነት ሲሆን፣ በአሁኑ ጊዜ በሒዉስተን ሲቲ ኮሌጅና በሂዉስተን ዩኒቨርሲቲ ስይስተም ውስጥ አስተምራለሁ። ቀደም ሲል በቴክሳስ ሳውዘርን ዩኒቨርሲቲና ሎን ስታር ኮሌጅ አስተምሬያለሁ። በተለያዩ ጊዜያት ለበርካታ ዓመታት ከ15 ያላነሱ የተለያዩ ኮርሶች አስተምሬያለሁ። ዋንኛው ሥራዬ ግን በሒዉስተን ሲቲ ኮሌጅ ስይስተም ሲሆን፣ በውስጡ ስድስት ኮሌጆች ሲኖሩት በጠቅላላው ወደ 80 ሺህ ተማሪዎች ከ30 በማያንሱ ካምፓሶች አሉት። የኮሌጁ ዋንኛ ዓላማ ጥናት (research) ማካሄድ ሳይሆን፣ ተማሪዎቹ ከ200 በላይ በሚሆኑ ሙያዎች ሠልጥነው ሥራ እንዲይዙ ማድረግ ነው። ከተመረቀው ተማሪ 80% ያህሉ ወይ ትምህርቱን ካልቀጠለ ወይ ተቀጥሮ ወይም የራሱን ሥራ በተማረበት ትምህርት ካልሰሠራ፣ ፕሮግራሙ እንደገና ይፈተሻል። በስድስቱም ኮሌጆች ለተማሪዎቹ የሚሰጡት የተለያዩ ትምህርቶች የሚመሩት ከአንድ ማዕከል ነው። ለበርካታ ዓመታት የቢዝነስ ነክ ትምህርቶች (Business Management, Accounting, Marketing, Human Resources

Management, Banking, entrepreneurship, Legal Studies, real state) ዲቪዥን ሃላፊ ሆኜ ከሥራሁ በኋላ፤ ልጆቼ እነን በጣም የሚፈልጉኝ ወቅት መጣ። ኃላፊነቴን ለሌሎች አስረክቤ የሂሳብ አያያዝ (Accounting) ትምህርት ፕሮግራም አስተባብሬ በመሆን ለሰባት ዓመታት ያህል አገልግያለሁ። በኮሌጁ በየዓመቱ ከ2,000 የማያንሱ ተማሪዎች የሂሳብ አያያዝ ኮርሶች ይወስዳሉ። ከማስተማር ሌላ ሥራዬ በሂሳብ ነክ ትምህርት አካባቢ የቀጣሪዎችን ፍላጎት በማጥናት የተለያዩ የዲግሪና የሰርቲፊኬት ፕሮግራሞችን መቅረጽ ነው። ፕሮግራሞቹን በኮሌጁ ቻንስለርና በTexas State Coordinating Board አፀድቆ ማስጀመር፤ ከሪኩለም መንደፍ፤ የተማሪዎችን ውጤት በማጥናት ድክመቶችን ማረም ሃላፊነቴ ነው። በተጨማሪም ትምህርታቸውን የጨረሱ ተማሪዎች ሥራ መያዛቸውን ማረጋገጥ፤ ያልያዙም ካሉ ምክንያቱን አጥንቶ በካሪኩለም ምክንያት ከሆነ እንዲስተካከሉ ይደረጋል። ከተለያዩ ኢንዱስትሪዎች በሙያው የታወቁ ሰዎችን አማካሪ በማድረግ፤ ስለ ፕሮፌሽኑ የሚታዩ ለውጦችን በማጥናት ከሪኩለሙ እንዲስተካከል ማድረግን ይጨምራል።

ሒዉስተን ኮሚውኒቲ ኮሌጅ ሴንትራል ካምፓስ ከፊል ገፅታ

የላቀ አስተዋፅዖ ላደረጉ የአማካሪ ቦርድ አባላት ሽልማት ስሰጥ

በኮሌጁ በቆየሁባቸው ዓመታት በርካታ ሽልማቶችን አግኝቻለሁ። ከብዙ በጥቂቱ የዓመቱ ምርጥ መምህር፤ የዓመቱ Crown Jewel ፕሮግራም አስተባባሪ፤ ምርጥ መምህርና ኮሌጅ መሪ የሚሉ ይገኙበታል። በተለያዩ ፕሮፌሽናል መድረኮች ጥናቶች ያቀረብኩ ሲሆን ውይይቶችንም መርቻለሁ። በቴሌቪዥን ጣቢያዎች በመቅረብ አስተያየቶች ስጥቻለሁ። Financial Literacy Club በማቋቋም የተለያዩ እንግዶች እየጋበዝኩ ተማሪዎች የገንዘብ አያያዝ ዕውቀት እንዲጨብጡ አድርጌያለሁ። የዩኒቨርሲቲ ፋውንዴሽን ቦርድ አባልና ገንዘብ ያዥ በመሆንም አገልግያለሁ።

Dr. Mesfin Genanaw, professor and associate chair of accounting at
HCC Central college has been awarded the 2008 Medal for teaching
excellence and leadership from NISOD (National Institute for Staff and
Organizational Development). Dr. Genanaw is a Certified Management
Accountant (CMA) and a Certified Financial Manager (CFM).
Congratulations, Dr. Genanaw!

**NISOD EXCELLENCE
AWARDS RECIPIENT
MAY 25, 2008**

በአሁኑ ጊዜ የኮሌጁ ቻንስለር ማርጋሪት ፎርድ ከጥቂት አመታት በፊት

Dr. Mesfin Genanaw on Dialogue Houston Show about Entrepreneurship

በመምህርነት መቆየት ስለ ተማሪዎች ልዩነትና የትኞቹ ተማሪዎች በሥራ ዓለም እንደሚሳካላቸው ግንዛቤ ይሰጣል። የሰው ልጅ ዓላማና ሕልም ሊኖረው ይገባል። ዓላማውን ካወቀና በዓላማውም ፅንቶ ተስፋ ሳይቆርጥ በዲሲፕሊን ከጣረ፤ ያሰበበት ደረጃ ለመድረስ የሚያስቸግረው አይመስለኝም።

በሰዎች መካከል የተወሰነ ተፈጥሯዊ የአእምሮ ችሎታ ልዩነት ሊኖር ይችላል። የዓላማ ስኬቱንም የሚያፋጥኑ ወይም የሚያዘገዩ ብዙ ነገሮች ይኖራሉ። ነገር ግን የረጅሙ የሕይወት ስኬት ልዩነት በአብዛኛው የሚመጣው፤ ላለሙት ነገር የምናሳየው የጥረትና የዓላማ ፅናት ነው። ስኬት ምኞትና ተስፋ ብቻ ሳይሆን አላማና እቅድ ወጥኖ ሳይሰለቹ መታገልን ይጠይቃል። በብዙ ጥናቶችም የተረጋገጠ ነው። ሌሎች ነገሮች እንዳሉ ሆነው የመጀመሪያ 25 ዓመት እድሜዉን በቀልድ ያሳለፈ፤ ወጣት የሚቀረውን 75 ዓመት (እድሜ ጠገብ ከሆነ) ሲለፋ ይኖራል። የመጀመሪያ 25 ዓመት እድሜዉን በትጋት ሲዘጋጅ ያደገ ወጣት ደግሞ የሚቀረውን 75 ዓመት የረጋና የተረጋጋ ኑሮ ይኖራል።

ኮሌጅ በማስተማሬ ከጨበጥኩት በርካታ ቁምነገሮች አንዱ፣ ትምህርት ትርጉም የሚኖረው ተማሪው ምን ለመሆን እንደሚማር ማወቅ ነው። በተጨማሪም የሚማረው ትምህርት ከሱ ውስጣዊ ፍላጎት ጋር የተጣመረ መሆኑን ማረጋገጥና ትምህርቱ ለሚያልመው የኑሮ ደረጃ ሊያደርሰው እንደሚችል ከሚኖርበት ወይም ለመኖር ከሚፈልግበት አካባቢ አንፃር ቀደም ብሎ ማገናዘብ ሲችል ነው። ይህን እስካላደረገ ድረስ ዲግሪዎች ማግበስበሱ ፋይዳ የለውም።

የትምህርት ጥቅል አላማው ሰዎች የማሰብ አድማሳቸው እንዲሰፋ ማድረግ ነው። የኮሌጅ ትምህርቶች ከሥራው ዓለም ኢንዱስትሪዎች ጋር ካልተቀናጁ በቀጥታ በሥራ ላይ የመዋል ዕድላቸው በጣም አነስተኛ ነው። አራት ዓመት ከተማረው አንድ ዓመት እድል አግኝቶ በዛ ቦታ ላይ የሠራው፣ ስለሥራው የተሻለ ዕውቀት ሊኖረው ይችላል። የኮሌጅ ትምህርት ደግሞ የሰዎችን ባህሪይ አይቀይርም ወይም በሕይወት ልምድ የሚገኙ እውቀቶችን አይተካም።

የትምህርት ቤት ውጤትም የተማሪውን ወደፊት በጥረት የሚገኝ ስኬት ብዙም አያሳይም። አሜሪካ ውስጥ የሚሉት አባባል አለ። "በ C ተማሪዎች የግል ንብረት ውስጥ የ B ተማሪዎች የ A ተማሪዎችን በእልቅና ይመራሉ"። ይሄ አባባል የተጋነነ ቢመስልም የሰው ልጅን የሥራ ዓለም ስኬት የትምህርት ቤት ውስጥ ውጤት በሚገባ አይገልጸውም። በትምህርት ጎበዝ መሆን በጣም አስፈላጊ ሆኖ ሳለ፣ የትምህርት ቤት ውጤቶች ብዙም የማይገልጿቸው ሌሎች ችሎታዎች የሰውን የሕይወት ስኬታማነት ይወስናሉ። የመግባባት ችሎታ፣ ተስፋ አለመቁረጥ፣ ጥረት፣

ጠንካራ ህልም፤ የአላማ ፅናት፤ ትዕግስት፤ ሃላፊነት ወውሰድ፤ ሁሌ ለመማር ዝግጁነት ወሳኝ ነው፡፡ የአመራር ችሎታ፤ ሥራ ወዳድነት፤ በራስ መተማመን፤ አጋጣሚዎችን መጠቀም፤ የተመዘነ ድፍረት፤ ተስፈኝነትና በጎ አስተሳሰብ ወንዝ የሚያሻግሩ ችሎታዎች ናቸው፡፡ እነዚህን ችሎታዎች ደግሞ አንድ ሰው ከአስተዳደጉ፤ ከቤተሰቡ፤ ካደገበት ባህል፤ ከአካባቢው፤ ከሚሠራው ሥራና በተፈጥሮው ሊያገኝ ይችላል፡፡

ከብዙ ዓመት በፊት አንድ ጓደኛዬ የነገረኝን እውነተኛ ታሪክ ባነሳ እወዳለሁ፡፡ ጊዜው የአጼ ኃይለ ሥላሴ ዘመን ነው፡፡ አንድ ወጣት ከአዲስ አበባ ዩኒቨርሲቲ በSocial Work ተምሮ ይጨርሳል፡፡ በጊዜው ከዚህ ትምህርት ዓይነት ከሚጨርሱት ጥቂት ተማሪዎች አውራጃ አስተዳዳሪ እያደረጉ ወደ ገጠር ይላኩሉ፡፡ እሱም አንደሌላው አመልካቾ ለኢንተርቪው ይጠራል፡፡ ኢንተርቪው አድራጊው ባለሥልጣን ሽምገል ያሉ ናቸው፡፡ የቀጠሮው ሰዓት ሲደርስ ቢሮዋቸው ይገባና የግል ጥያቄዎች ይጠይቁታል፡፡ ‹‹የት ነው የተወለድከው? ቤተሰቦችህና ዘመዶችህ እነማን ናቸው? ቤተሰቦችህ ምን ሥራ ላይ ተሰማርተዋል? የመንግሥት ሥራስ ሠርተዋል?›› እያሉ ተመሳሳይ ጥያቄ ጠይቀውት ‹‹በል እንግዲህ ስንፈልግህ እንጠራሃለን›› ይሉታል፡፡ ልጁም የመጣው ለምን እንደሆን አልገባቸው እንደሁ ብሎ “ለኢንተርቪው ነበር እኮ የመጣሁት ይላል”፡፡ እሳቸውም “አዬ ልጅ አስተዳደር እኮ አስተዳደግ ነው›› አሉት ይባላል፡፡

ከአስተዳደግም በተጨማሪ የተዚዚረና ወጣ ገባ ሕይወት ብዙ ነገሮችን ያስተምራል፡፡ በትምህርቱም አንድ ዓይነት ትምህርት እያጠበቡ ከመዝለቅ የበለጠ

ወደ ጎን ተጎዳኝ ትምህርቶችን መማር የበለጠ ተመራማሪና አዲስ ዕውቀት ፈጣሪ ያደርጋል። ዕውቀት ከመማር፣ ከመመራመር፣ ከማገናዘብና ከዕምነት ይፈልቃል። በሳይንስ በጣም የረቀቀ ሰው ምናልባት እምነቱ በሳይንሳዊ መረጃ ላይ ብቻ የተመሰረተ ይሆናል። ሳይንስ የማይመልሳቸው በርካታ ጉዳዮች መኖራቸውን ሊዘነጋ ይችላል።

የሰውነት አካላታችንን (አይን፣ ጆሮ፣ አጅ፣ አግር፣ ልብ፣ አንጎል......) የሥራ ክፍልን ጥበብ ትተን የሰው አንጎልን ብቻ ብንወስድ፣ በቢሊዮን የሚቆጠሩ ኒውሮኖች (neurons) አሉት ይባላል። አያንዳንዱ ኒውሮን ለተለያዩ የነርቭ ሴሎችና የሰውነት አካላቶቻችን የተለያዩ መልዕክቶችን ያስተላልፋሉ። እንዚህ ሁሉ በቢሊዮን የሚቆጠሩ ሴሎች አንዱ ባንዱ ሥራ ሳይገባ እንክን በሌለው መልክ ሥርዓት ይዞ ሳይዘበራረቅ የተለያዩ መልዕክቶችን ያስተላልፋሉ። ከበስተኋላው ፕሮግራም ያደረጋቸው ኃይል (ወይም ፈጣሪ) ሳይኖር በራሱና በአጋጣሚ ዝግመት ለውጥ (evolution) የተፈጠረ ነው ብሎ ለማመን በጣም ይከብዳል። የሰማይ ሰማያት ፍጥረት መነሻው ምንም ነው ብሎ ለማመን ድፍረት ይጠይቃል። እኔ ሳይንስና ሃይማኖትን በተቃርኖ ሳይሆን በተደጋጋፊነት አያቸዋለሁ። እንዲያውም ሳይንሳዊ ምርምር የእግዚአብሔርን ጥበብ በጨረፍታም ቢሆን ለማወቅ የሚደረግ ትግል አድርጌ አየዋለሁ። እግዚአብሔርም ይህንን የመመራመር ችሎታ የሰጠን ተመራምረን እንድንጠቀምበት ሲሆን፣ የሰው ልጅ ግን ለጥፋት አየተጠቀመበት እራሱን በራሱ ከምድር ለማጥፋት ፉክክር ውስጥ መግባቱ ያሳዝናል። በሌላ በኩል ደግሞ እግዚአብሔርን ለማወቅ ይዥን ሁሉ ሃይማኖቶች መፍጠር ያስፈልጋልን ብሎ መጠየቅ ያስፈልጋል። ብጣሽ አንቀፅ ከመፅሐፍ ቅዱስ ቆንጥር አዲስ ሃይማኖት መጀመር ንግድ አየሆነ መጥቷል።

የትምህርት ጥራትና አገር ግንባታ

ከላይ እንደተጠቀሰው የትምህርት ዓላማ ትውልዱ የሙያ ዕውቀት እንዲኖረው ማድረግ ቢሆንም ዋንኛው ዓላማ ግን የአስተሳሰብ አድማስን ማስፋት ነው:: አይምሮ ማሰብ እንዲችል፤ ሁሉን ነገር እንዲጠይቅና ችግር እንዲፈታ አይምሮን መቅረጽ ነው:: ይህ ደግሞ በመደበኛ ትምህርትና በኢ.መደበኛ (በስልጠና፤ በስራ ልምድ፤ በኑሮ፤ በንባብ..) ሊዳብር ይችላል:: ሃገር በተፈጥሮ ሃብት ብቻ አያድግም:: እፉቅ ምስራቅ ያሉ አገሮች ያደጉት በተፈጥሮ ሃብታቸው ሳይሆን በእውቀት ነው:: ትምህርትና የማንበብ ልምድ የማገናዘብ ችሎታን ያሳድጋል:: በእውቀት የተሞላ ነፃ አይምሮ አዳዲስ እውቀቶች መፍጠር ይችላል:: አዲስ ዕውቀት ለመፍጠር ደግሞ ነባሩን ዕውቀት ጥራት ባለው መምህርና የትምህርት ሥርዓት ማስተማር ለአዲሱ ትውልድ ጥሩ መሰረት ይጥላል::

የትምህርት ጥራት ለሀገር ዕድገት ወሳኝ አስተዋፅዖ አለው:: ጥራት የሌለው ትምህርት ወርቅ የሌለው ቅኔ እንደማለት ነው:: ትርጉም የለውም:: የትምህርት ቤቶች ማብዛት ጥሩ ዓላማ ሆኖ ሳለ ጥራትን ግን አይወልድም:: ጥራት የብዛት ውጤት አይደለም:: ብዛት የጥራት ውጤት መሆን አለበት:: ጥራትን ጠብቆ ነው ወደ ብዛት መኬድ ያለበት:: ትምህርት የጥራት እርሾውን ካጣ ትውልድ መግደል፤ ንብረት ማባከን፤ የሚያስብ አአምሮ ያላቸው ሰዎች ማጣትን ያስከትላል::

የአንድ ህፃን ልጅ አንጎል ዕድገት 90 በመቶው በአምስት አመት ዕድሜው ይጠናቀቃል:: እስከዚህ ዕድሜው ድረስ የሚማረውን ነገር እንዳል የመውሰድ

ችሎታው በጣም ከፍተኛ ነው። ለተቀረው ህይወቱ ከፍተኛ መሰረት ይጥልለታል። ብሩህ የተፈጥሮ ችሎታ ያላቸው ህፃናት በመጥፎ ትምህርት ሥርዓት ውስጥ ካደጉ ይደነዝዛሉ። የማሰብ አድማሳቸው ይጠባል። እንዬትና ልምን ብሎ መጠየቅ ስላልተማሩ የተፈፈ የተተረከ ነገር ሁሉ እውነተኛ ታሪክ ይመስላቸዋል። በሰው አይምሮ የሚያስቡና ዕኩይ ዓላማ ላላቸው ስዎች ተጋኹ ይሆናሉ። ደካማ አይምሮ የራሱን ትምህርት ቤት፤ የራሱን ክሊኒክ፤ የራሱን ቤተ ዕምነት፤ የራሱን ታሪክ ያፈርሳል። እልህና ምሬቱን የት ላይ እንደሚገልፀው እንኳ አያውቅም። በተለይም በሃገር ደረጃ በእውቀት አባቶች መምህራንና የአካባቢ መንግስታት በተደራጀና በተቀናጀ መልኩ ወጣቶች የፈተና መልስ እየተሰጣቸው ኮሌጅ እንዲገቡ የሚደረገው የእብደት ጉዞ የትምህርት ጥራቱን አዘቅት ከመከተቱም በላይ ልጆችን በለጋ እድሜያቸው ሌብነትን በማስተማርና ባህላቸው በማድረግ ትውልዱ ስኬት በሌብነት ብቻ እንደሚመጣ ማስተማር ነው። የዚህ ውድቀት ሳንካ ኩረጃን በማስቆም ብቻ የትምህርት ጥራቱን ማሻሻሻል፤ ተንጋደው ያደጉ ልጆችንም መመለስ አይቻልም። ልጆችን በህፃንነት በሥርዓት ማሳደግ ካደጉ በኋላ ለመጠገን ከመሞከር አዋጪና ውጤታማ ነው።

ከሃያ ዓመት በፊት አንድ የቀድሞ ኮሎኔል የነበሩ ከሰላምታ በላይ ብዙም ንግግር የሌለን አባት በጎናቸው ሳልፍ ጠሩኝና፤ ‹‹ሁሌ አይሃለሁ ለምንድነው እንገትህን ደፋ አድርገህ የምትሄደው? ንግግርህም ለምንድን ነው ቁጥብ ያለው? አዋቂ ነህ፤ ተምረሃል፤ የጀመርከው በሙሉ ተሳከቶልሃል...›› ሌላም ሌላም ካሉ በኋላ ‹‹ኮራ ብለህ ቀጥ ብለህ ለምን አትሄድም›› አሉኝ። ወታደር እንደነበሩ አውቃለሁ። አባባላቸው ግን ገረመኝ። አተኩረው አካኼዴንና አነጋገሬን መከታተላቸውም አስደነቀኝ። በጊዜ መልክ "የበለጠ ማወቅ ያላዋቂነትን ስፋትም ያሳያል"

አልኻቸው። ‹‹ወይ ጉድ እንደዛ አስቤው አላውቅም›› አሉኝ። የትምህርት ዓላማ አዲስ ዕውቀት ማስተማርና የሚያስብ ሰው መፍጠር ብቻ ሳይሆን የማያውቀው ብዙ እውቀት እንዳለ ማሳወቅም ነው። ከማያውቅ ሰው አለማወቁን የማያውቅ ሰው ከራሱም አልፎ ሕብረተሰብ ሊጎዳ ይችላል። ብዙ የማያውቃቸው ዕውቀቶች እንዳሉ የተገነዘበ አዋቂ ከመንቦጫረቅ ይድናል። ከአንደበቱም ይቆጠባል። በጉዳዩ የበለጠ ዕውቀት ለማግኘት ያነባል ወይም ዕውቀት ያላቸውን ሰዎች እንዲጠይቅ ይገፋፋል።

የትምህርት ተደራሽነትን ማስፋፋትና ሕፃናት ባይጉበት ቋንቋና ቦታ ማስተማሩ በጣም አስፈላጊ አላማና ሰብዓዊ ቢሆንም፣ የዚህ እርምጃ ጉዞ ጥራትን ያካተተና በዕውቀት የተመራ ረጅም ጉዞ መሆን ይገባዋል። "የቸኮለች አፍሳ ለቀመች" እንደሚባለው ሁሉ በዕቅድ ያልተመራ ለውጥ ወይም ዕድገት የተወሳሰበ ሁኔታ ይፈጥራል። የሰለጠኑ መምህራን በሌሉበት ህንፃ ግንባታ ብቻውን ለውጥ አያመጣም። መማሪያ መጻሕፍት፣ መማሪያ ቁሳቁሶችና የተሳለጠ የትምህርት ሥርዓት በሌለበት የሠለጠኑ መምህራንም ብቻቸውን ብዙም ለውጥ አያመጡም። አዲስ የትምህርት ሥርዓትም ሆነ አዲስ ትምህርት ቤት ከመከፈት በፊት ቅድሚያ ዝግጅት ማድረግ ወሳኝነት አለው።

ዘመናዊ ትምህርት በኢትዮጵያ የተጀመረው በዳግማዊ ምንሊክ ዘመን ሲሆን፣ መምህራኑም በሙሉ የውጭ ሃገር ዜጎች ነበሩ። ቋኝ ገበሯችን ላለመጋበዝ ሲባል የመጡባቸውም ሃገራት በጥንቃቄ ተመርጠው ነበር። የሃገሪቷ ትምህርት ወደ ዩኒቨርሲቲ ኮሌጅነት ያደገው ከሃምሳ ዓመት በኋላ ከብዙ አስልቺ ጥረትና ጥናት በኋላ ነው። በጥልቀት ሳይጠናና ዝግጅት ሳይደረግ የሚጀመር የትምህርት

ስረዓትም ሆነ የትምህርት ዓይነት መጨረሻ ላይ ውጤቱ አያምርም። አዬ ኃይለ ሥላሴም ለትምህርት የሚሰጡት ትኩረት ከፍተኛ ስለነበረ አራሳቸውን የትምህርት ሚኒስትር አድርገው ከፍተኛውን በጀት የሚያገኘው የትምህርት ሚኒስቴር ነበር። በምንሊክ ጊዜ ውጭ አገር ድረስ የተማሩ በ30 ሺህ የሚቆጠሩ ኢትዮጵያውያን ከፋሺስት ኢጣልያ ወረራ በኋላ በግራዚያኒ የግድያ ሙከራ ምክንያት ተረሽኑ። በዚህም ምክንያት ንጉሡ የሥለጠነ የሰው ኃይል እንደገና ለማደራጀት ከዜሮ ለመጀመር ተገደው እንደነበር ታሪክ ይመሰክራል።

ኢትዮጵያዊ ምሁራንን ለማሳደግ በሚል ከነገሡበት ጊዜ ጀምሮ ከ20,000 በላይ ኢትዮጵያውያንን በቸሎታ እየመረጡ፣ ወደ ምዕራብ አገሮች ልከው አስተምረዋል። በቀደምት የሥልጣን ዘመናቸው ወቅትም በየትምህርት ቤቱ ሳይታሰብ እየሄዱ፣ የተማሪዎችን ብሶት ለመገምገም ወጥ ቤት ድረስ እየገቡ ይቀምሱ ነበር። አማርኛ ቋንቋን ለአንደኛ ደረጃ ትምህርት መማሪያነት ለማስጀመር ማስተማሪያ መጻሕፍትን ለማዘጋጀትና መምህራንን ለማሰልጠን ዝግጅቱ እስከ ኢ.አ.ኢ. 1960ዎቹ መጨረሻና 1970ዎቹ ድረስ እንደወሰደባቸው ተዕፋል። ትምህርትን የሚያሀል ትልቅ ሥርዓት በአጭር ጊዜያት ውስጥ መዘርጋት አይቻልም። ጥራት ያለው የትምህርት ሥርዓት ከማስፋፋት የበለጠ መጀመሩ በጣም ከባድና አድካሚ ነው።

ጥራት ያለው ትምህርት ብዙ ሥራ መፍጠር የሚችሉ ዜጎች ይፈጥራል። አንድን እውቀት የፈጠረ ሁልጊዜ ብቸኛ ተጠቃሚ ወይም አብላጫ ተጠቃሚ ይሆናል ማለትም አይደለም። የሀገራችን ገበሬ "ከሞኝ ደጅ ሞፈር ይቆረጣል" እንደሚለው

እውቀታችንን እና ተፈጥሮ ያደለንን ፀጋ ተጠቃሚ ለመሆን አልታደልንም፡፡ ምናልባት መሬትን በማረሻ ማረስ ለዓለም ያስተማርነው እኛ ሳንሆን አንቀርም፡፡ ነገር ግን አሁንም በዚያው ማረሱን ቀጥለንበታል፡፡ የትምህርት ዓላማ ለማወቅ ሲሆን አውቆ ግን በተግባር የራስንና የህብረተሰብ ኑሮ መቀየር ካልቻለ ትርጉም ያጣል፡፡ በዚህ ረገድ የትምህርት ስርዓታችን ከፍተኛ ድክመት ይታይበታል፡፡

እውቀት ይዞራል፡፡ ይዘዋወራል፡፡ ስምንት ቢሊዮን ሕዝብ ባለበት ዓለም የፈጠርከውን እውቀት ወድያው ካልተጠቀምክበት እስከወዲያኛው ያንተ አይሆንም፡፡ እውቀት ከአፍሪካ ወደ አውሮፓ፤ ከአውሮጸ ወደ አሜሪካ፤ ካሜሪካ ወደ ሩቅ ምስራቅና እስያ ተዘዋውሯል፡፡ ቁምነገሩ ቀድሞ አውቆ በአግባቡ መጠቀሙ ላይ ነው፡፡ የኢትዮጵያን ቡና የበለጠ የተጠቀሙበት እነ ብራዚልና ኮሎምቢያ ናቸው፡፡ እንደ ላሊበላና አክሱም የመሳሰሉ ሃውልቶችን የገነባን አገር የግንባታ ትምህርት ከሌላው መማር አይጠበቅብንም ነበር፡፡ አገራችን በዚህ ተንድታለች፡፡ እውቀትን ወደ እድገት የመቀየር ጥበብና ልምድ አዲስ ነገር ከመፍጠርም በላይ ጠቃሚ ነው፡፡

የትምህርት ሥርዓት ዓላማ ሊኖረው ይገባል፡፡ እንደ ኢትዮጵያ ዓይነት አገር አንድ ልጅ እስከ ኮሌጅ ድረስ ለማስተማር ከአገሪቱዋ አቅም አንጻር በጣም ውድ ነው፡፡ በመንግሥት ወጪ የሚሰጡ ትምህርቶች ለሕብረተሰቡ ኑሮ መሻሻልና እድገት የሚጠቅሙ መሆን ይኖርባቸዋል፡፡ የጥራት ትልቁ መሰረት መምህሩ ነው፡፡ መምህር ያስተምራል፤ መማሪያ መጽሃፍ ይጽፋል፤ ከሪኩለም ይነድፋል፡፡ ጥሩ መምህር የሚገኘው ደግሞ ከጥሩ መምህርና ጥሩ የትምህርት ሥርዓት ነው፡፡ አንዱ ከተዛባ ጥራት ይወርዳል፡፡ መውረድ ከጀመረ ማቆም አስቸጋሪ ነው፡፡ የትምህርት ጥራት

ለማሻሻልና መሰረታዊ ለውጥ ለማምጣት ከታች ወደ ላይ (ከቅድም አንደኛ ደረጃ እስከ ዩኒቨርሲቲ) እያጠሩ መሄድ እንጂ ከላይ ወደታች መሄዱ ዓይነታዊ ለውጥ አያመጣም። ኢትዮጵያን ካለችበት የድህነት አረንቋ ለማውጣት በመንግሥት ዩኒቨርሲቲዎች የሚሰጡ ትምህርቶች ባብዛኛው የመሰረተ ልማት ግንባታ፤ እርሻና ኢንዱስትሪውን ለማስፋፋት የሚረዱና ከሥራ መስኩ ጋር የተቀናጁ ሥልጠናዎች ሊሆኑ ይገባዋል። በቅርቡ ወደ ኢትዮጵያ ለሁለት ጊዜ ስሄድ፤ መጀመሪያ በንግድ ሥራ ኮሌጅ ከዚያም ቦንጋ ዩኒቨርሲቲና ሰላሌ ዩኒቨርሲቲን በመጎብኘት፤ የአንድ አንድ ቀን ውይይት ከመምህራኑና የዩኒቨርሲቲዎቹ መሪዎች ጋር አድርጌያለሁ። ስለ ትምህርት ጥራትና በአሁኑ ወቅት በዓለም አቀፍ ደረጃ የከፍተኛ ትምህርት ተቋሞች ዓላማዎችና ሀገር ለማሳደግ በምን መልክ የትምህርት ከሪኩለሙ ቢቀረፅ ጠቃሚ እንደሚሆን ጥናት አቅርቤያለሁ። ወጣቱ ሙያዊ ትምህርት ብቻ ሳይሆን የገንዘብ አያያዝን አጠቃቀም፤ የቴክኖሎጂ፤ የትንተናና የምርምር ዕውቀታቸው እንዲዳብር ከመለስተኛ ሁለተኛ ደረጃ ትምህርት ጀምሮ ማስተማሩ ስኬታማ ህይወት እንዲኖራቸው እንደሚረዳ አሳውቂያለሁ። ተሳታፊዎቹም በውይይቱ ትምህርት ያገኙበት ይመስለኛል።

በሰላሌ ዩኒቨርሲቲ ያደረኩት ጉብኝት

ከልጅነት ጓደኞችና ዘመድ ጋር

የኢ.አ. ዩኒቨርሲቲ ጓደኞቼ ሰለሞንና ግርማ ከዘመናት በኋላ በሂውስተን

የ2ኛ ደረጃ ት/ቤት ጓደኞቼ ዳንኤልና ተክሌ፤ ጸውሎስና ወንድሜ አምዬ

የአሜሪካና የኢትዮጵያ ግንኙነት

የአሜሪካና ኢትዮጵያ ግንኙነት የጀመረው በ26ኛው የአሜሪካ የሪፐብሊካን ፓርቲ ፕሬዘዳንት ቲዎዶር ሮዘቬልት ግፊት ነው። በጊዜው የአውሮፓ ቆንስል ጀነራል የነበረው ስኪነር ለመጀመሪያ ጊዜ ወደ ኢትዮጵያ በየብስና በባሕር ተጉዞ "በዓለም ላይ በሕይወት የሚገኙ ታላቁ ጥቁር" ያላቸውን ዳግማዊ አፄ ምኔልክን በበቅሎ አዲስ አበባ ድረስ በአስቸጋሪ ሁኔታ ሄዶ አግኝቷቸው፤ ለቅርብ ወዳጅ አገሮች (Most Favored Nations) የሚሰጠውን የንግድ ስምምነት ተፈራረሙ። ስምምንቱም በአውሮጳ ኮሎኒያሊስቶች አልተወደደም ነበር። በጊዜው የአሜሪካ ሸቀጦች በሥስተኛ ወገን በኩል ወደ ኢትዮጵያ የሚገቡት መጠን፤ በጊዜው ወደ ፈረንሳይ በቀጥታ ከሚላከው ጋር ያልተናነሰ እንደነበር ተጽፏል። ስምምነቱ ይህንን ንግድ በቀጥታ ከአሜሪካ ነጋዴዎች ጋር ለማድረግና አሜሪካውያን ኢትዮጵያ መጥተው ለመኖር፤ ለመነገድና ለመሥራት እንዲችሉ ይፈቅዳል። ኢትዮጵያኖችም እንዲሁ አሜሪካ መኖርና መስራት እንዲችሉ የሚፈቅድ ነበር።

ስኪነርም ወደ አሜሪካ ሲመለስ ከኢትዮጲያ የተለያዩ የሰብል፤ ቡና፤ የዱር እፅዋት፤ እንስሣት ዝርያዎችንና የዝሆን ጥርሶች ይዞ እንደተመለሰ ታሪክ ይነግረናል። ሮዘቬልት አፄ ምኔልክን በአሜሪካ በጣም ታዋቂ በሆነው የሴንት ሉውስ የንግድ ትረዒት ከእንግሊዙ ንጉሥ ጋር በከብር እንግዳነት እንዲገኙ ቢጋብዟቸውም፤ ንጉሡ ብዙ ካለቡበት በኋላ ሊመጣ የሚችለውን አደጋ በማሰብ ሳይሄዱ ቀርተዋል። በዚህ ሁኔታ የተጀመረው የአሜሪካ ግንኙነት በአፄ ኃይለ ሥላሴ ዘመን የበለጠ ተጠናክሮ የነበረ ሲሆን፤ ንጉሡ ከሥልጣን ወርደው በደርግ ሲተኩ

ግንኙነቱ ተቋረጠ። በወታደራዊው መንግሥት ዘመን በተፈጠረው የፖለቲካ ቀውስ ምክንያት በርካታ የኢትዮጵያው ሥን ስደተኞች ወደ አሜሪካ መጉረፍ ጀመሩ።

በአሜሪካ የኢትዮጵያ ዳያስፖራ ቆይታ ከሌሎች አገሮች ዳያስፖራዎች ጋር ሲወዳደር የቅርብ ጊዜ ታሪክ ስለሆነ፣ የኢትዮጵያኖች ስብስብ በአብዛኛው የአሜሪካ ከተሞች ገና አልተደራጀም። ከሃምሳ አመት በፊት ለትምህርት የተላኩ ኢትዮጵያውያን ትምህርታቸውን እንደጨረሱ ዲግሪና ትራንስከሪፕት እንኳ ሳይቀበሉ ነበር ቸኩለው ወደ አገራቸው የሚመለሱት። በዚህ ምክንያት ሁለተኛም ሆነ ሶስተኛ ትውልደ ኢትዮጵያውያን ብዛታቸው በአንፃራዊነት ብዙ አይደለም። ነገር ግን እያደገ ነው። በ 2024 ዓ.ም. በአሜሪካ በተደረገው የሕዝብ ቆጠራ ኢትዮጵያዊ ነኝ ብለው እራሳቸውን ያስመዘገቡ ዜጎች ከ340,000 በላይ ናቸው: : እራሳቸውን ጥቁር ብለው የተመዘገቡ ወይም ጨርሶ ያልተመዘገቡ ቁጥራቸው በትከከል አይታወቅም። ከግማሽ ሚሊዮን የሚበልጡ ትውልደ ኢትዮጵያኖችና ዝርያዎቻቸው በሰሜን አሜሪካ እንደሚኖሩ ይገመታል።

ጥናቶች እንደሚያሳዩት አሜሪካ ከሚገኙ ኢትዮጵያኖች ውስጥ 60 በመቶው ባችለር ዲግሪ፣ ድህረ ምረቃ ዲግሪ ወይም ፕሮፌሽናል ዲግሪ አላቸው። ይሄም ቁጥር ከብዙ አገር መጤዎችና ከሃገሩ ተወላጆችም (54%) የተሻለ ነው። በ2024 ዓ.ም. የኢትዮጵያኖቹ አማካይ የቤተሰብ ገቢያቸው 41 ሺህ ዶላር አካባቢ ሲሆን፣ የአሜሪካውያን አማካይ የቤተሰብ ገቢ 50 ሺህ ዶላር አካባቢ ነው። ስድሳ በመቶው ኢትዮጵያዊ ወደ አሜሪካ የመጣው ኢ.አ.አ. ከ2,000 ዓ.ም. ወዲህ

ነው። በአሜሪካ የንግድ ድርጅት ባለቤት የሆኑ ኢትዮጵያውያንና የተሳካላቸው ፕሮፌሽናሎች ከጊዜ ወደ ጊዜ ቁጥራቸው በጣም እየጨመረ መጥቷል።

በተለይ ሁለተኛው ትውልድ ኢትዮጵያውያኖች በሁሉም መስክ እያደጉና እየተደራጁ ነው። በርግጥ የስኬት መጨረሻ የለውም። አንዱን ሲይዙት ሌላ ያምራል። ያንንም ሲይዙት እንደገና ሌላ ያምራል። የኑሮ ደስታ ከገንዘብ ብቻ ስለማይመጣ የሰው ልጅ ደስታ የሚሰጠውን ነገር መምረጥ ይገባዋል። አንድ ገበሬ አለ የሚባለውን እዚህ ብጠቅሰው እወዳለሁ። ስውየው ገበሬ ስለሆን ካመረተው ፍራፍሬ ውስጥ እዛው እየቀነጠስ ሲበላ ያየው አላፊ ከተማ፤ ‹‹ለምን ቁጭ ብለህ እራስህ ትበላዋለህ? ከተማ ወስደህ ለምን አትሸጠውም?›› ይለዋል።

ገበሬው: ‹‹ለምን ይላል?››

ከተማው: ‹‹ገንዘቡን አጠራቅመህ እርሻህን ታዘምነዋለህ››

ገበሬዉ: ‹‹ከዚያ በኋላስ?››

ከተማው: ‹‹ከዚያ በኋላማ ቁጭ ብለህ መብላት ነው››

ገበሬው: ‹‹አሁንስ ምን እያደረኩ ነው?›› አለ ይባላል።

አንዳንድ ሰዎች በጣም አታካች ህልም ይዘው እድሜ ልካቸውን ሲጥሩ ይኖሩና፤ ልክ እድሜያቸው ሲያልቅ ይደርሱበታል። ኑሯቸውን ሳይኖሩ ይረፍድባቸዋል። ወራሾቻቸውም ድካማቸውን ባለመገንዘብ ያፈሩትን ንብረት ያበካክኑታል ወይም ይበትኑታል። ያሁሉ ልፋት ለምን ያሰኛል። ሁልጊዜ ያገኙሁት ቁስ ካጣሁት ደስተኛ ህይወት ይበልጣል ወይ ብሎ ደጋግሞ ማሰብ ሳይረፍድ ለማስተካከል ይረዳል። ከትላልቅ ስኬቶች ጀርባ ብዙ መስዋዕትነቶች ይከፈላሉ። አንዳንዬም ለምን

ያስብላል። ዕውቁ ሳይንቲስት አልበርት አንስታይን (Albert Einstein) ጀርመን አገር ሆኖ ጥልቅ ጥናቱን በሚያካሂድበት ወቅት ቤተሰቡን በመርሳቱ ሚስቱንና ልጆቹን በትኗል። የአፕል ካምፓኒ መስራች የነበረው ስቲቭ ጆብ (Steve Job) የመጀመሪያ ልጁንና ሚስቱን ከዶ ለዓመታት ለድህነትና ለመንግስት እርዳታ ዳርጓቸዋል።

የብዙ ሰው ደስታ ማጣት የማይጨበጥ ህልም ይዞ ከመዊጠጥ፣ የሌላ ሰውን ሕይወት ለመኖር ከመፈለግ፣ የሚሠሩትን ሥራ ካለመውደድ፣ በሥራ ቦታ ላይ ያለውን ግንኙነት ከመጥላት፣ የወደፈቱን ከመፍራትና ያለፈውን የከፋ ሃዘንም ሆነ የጠፋ ደስታ ካለመርሳት ይመነጫል። የሰው ልጅ በራሱ ከተማመነ፣ አቅሙን ከለካ፣ ዛሬ የሚያስደስተውን ነገር ካወቀና ያንን ለማሟላት ከጣረ ደስታ የሚሰጠውን ሕይወት የማግኘቱን ዕድል ይጨምራል። ለኑሮ በቂ የሆነ ገንዘብ ለሌለው ሰው ገንዘብ ማግኘቱ ደስታውን ይጨምርለታል። ገንዘብ በራሱ ግን የደስታ ምንጭ አይደለም። ያንዱ ደስታ የሌላው ሊሆን አይችልም። መሰረታዊ ነገሮች ካሟሉ በኋላ፣ በሃብት ብዛት ደስታ የሚጨምር የሚመስላቸው ሰዎች እነሱም ተሳከቶላቸው ኃብታም ሆነው ቢያዩት የተለየ ሆኖ ያገኙታል። በቁስ ማከማቸት የሚገኝ ደስታ በአንፃራዊነት ጊዜያዊ ነው። እንደኔ ከሆነ ጤነኛና የተባረኩ ልጆችና የህይወት አጋር ከማግኘት የበለጠ ደስታ የሚሰጥ ነገር የለም። ሌላው ሁሉ ነገር ግዜውን ጠብቆ ይደረስበታል። ለኔ ህይወት ትርጉም የሚሰጠው ጊዜሁን በሚገባ ተጠምቀህ በራስህና በሌሎች ህይወት ላይ ልዩነት ስትፈጥር ነው። የተቸነከረ ህይወት ደስታ አይሰጠኝም። አይነተኛ ልዩነት ማምጣት ባልችልም እንኳ ስሞክር መኖርን እመርጣለሁ። ነገር ግን ሁሉም ሰው የራሱን ደስታ ምንጭ መፈለግ ይኖርበታል።

የአገር ቤት ሰዎች በምዕራቡ ዓለም ያሉት ዳያስፖራዎች ደስተኛ እንደሆኑ አድርገው ሊያዩ ይችላሉ። የበለጠ ገንዘብ ወይም የሥራ ዕድል አግኝተን ይሆናል። ብዙዎቻችን ግን ባልተቋጨ የሕይወት ደመና ውስጥ ያለን ነን። ከምንወዳቸው ጓደኞችና ዘመዶች፣ ከለመድነው ባህልና ቋንቋ፣ ካደግንበት አካባቢና የተፈጥሮ አየር ጥለን ለትምህርትና ለሥራ ወይም ለተሻለ ኑሮ ሲባል እንደኛችን መሄዱ፣ የሚያሳጣው የውስጥ ደስታ በገንዘብም ሆነ በተደላደለ ኑሮ መመዘን አይቻልም። ቢከፋም ቢለማም የሰው ልጅ በአደገበት ህብረተሰብ ውስጥ መኖሩ ለህይወቱ ትርጉም ይሰጠዋል። የስደት ኑሮ ሙሉ የህይወት ስኬት ኖርህም እንኳ የባዶነት ስሜት ከአይምሮህ አይጠፋም። ካደጉ በኋላ መሰደድ በሁለት ዓለማት እንደመኖር ይቆጠራል። የአየሩን ፀባይ መለዋወጥ መልመድ እድሜ ልክ ይወስዳል። ጢት ልብስ ከመልበስ በፊት የውጭውን አየር መጠን ስልክ ላይ ማየት መልመድ እራሱ ዓመታት ይወስዳል። በተለይ ለአበሻ ወንዶች ምግብ መሥራት መልመድ ቀላል አይደለም። የቤት ውስጥ ሥራ ላይ ሚስቶችን ማገዝ ያንዳንድ ባሎችን ሥነ ልቦና ያቃውሳል።

በአሜሪካ ውስጥ ልክ ኢትዮጵያ እንደተለመደው ልጆችን መቅጣት በሕግ ያስቀጣል። ልጆችም ትምህርት ቤት አንድ ባህል፣ እቤት ደግሞ ሌላ ባህል መልመድ ያደናግራቸዋል። እውነትና ትክክል ብለን አእምሮዳችን ውስጥ የቀረፅናቸው ባህሎችና አስተሳሰቦች ድንገት ሲናዱ ማየት በጣም ግራ ያጋባል። በብዙ ሰዎች ተከበና ተደንቆ የኖረ ጭንቅላት፣ እንደ ህፃን ልጅ ኑሮን ከዜሮ መጀመር አእምሮን ያናውጣል። የወለድሻቸው ልጆች ትክከል እንዳልሆንሽ ሲነግሩሽ ወይም ቋንቋሽን ሲያስተካክሉ፣ እንዳንዬም በቋንቋ ችሎታም ሆነ

በአለባበስ ምክንያት ሲያፍሩብሽ ማየት ከባድ ነው። ከመንገዳቸው ወጥተው ሰው መርዳት የሚፈልጉ ሰዎች ያሉትን ያህል የእንግሊዘኛ ቋንቋህ ውስን ከሆነ እውቀትህና ችሎታህም ውስን እንደሆን የሚቆጥሩ ሰዎች ትንሽ አይደሉም። መጤ መሆን ቅጥር ላይ የመጨረሻው መሆን፤ የሥራተኛ ቅነሳ ላይ ደግሞ የመጀመሪያ ለመሆን ይዳርጋል።

ከሃያ ዓመት ዕድሜ በኋላ ሌላ አገር የሚኖር ኢትዮጵያዊ ዕድሜ ልኩን ቋንቋውንና ባህሉን ሲማር ይኖራል። የተነገረውን ሁሉ ከእንግሊዘኛ ወደ አማርኛ እየተረጎመ መረዳት፤ ለመናገር ደግሞ በአማርኛ አስቦ ወደ እንግሊዘኛ ተርጉሞ መናገር በጣም አሰልቺ የሆነ ጉዞ ነው። በእንግሊዘኛ አድምጦ በእንግሊዘኛ አስቦ መናገር በርካታ ዓመታትን ይወስዳል። ከነዋሪው ሕዝብ ጋር መቀላቀል የቻለና የተሳካለት አብዛኛው ነገር ይገባዋል። በጣም የተሳካለት ደግሞ እንደነሱ ማሰቡንም፤ ማድመጡንም፤ መናገሩንም ያቀላጥፈዋል። የሰው ባህልና ቋንቋ እድሜ ልክ መማር የማያልቅ ትእግስት ይጠይቃል። ደስታችንን ይፈታተናል። እነዚህን ሁሉ ውጥንቅጦች በማለፍ ነው በስደት አገር ደስተኛ ኑሮ የሚገነባው።

የደስታ ምንጭ አንድ ሰው በሚያልመውና በሆነው መሃል ያለው ክፍተት ነው። ክፍተቱ በሰፋ ቁጥር ደስታውም ይመነምናል። ኢትዮጵያ የሚወለዱ ልጆች በአካባቢያቸው ያለው ውስንነት ምክንያት ብዙም አርቀው ስለማያልሙና ጎደኞቻቸውም በኑር ከነሱ ብዙም የተለዩ ስላልሆኑ ጭንቀታቸው ውስን ነው። ምንም ሳይኖራቸው የዕለት ተለት ምግባቸው ከተስተካከለ ሙሉ ደስተኛ ሆነው ሊያድጉ ይችላሉ። ውጭ የሚያድጉ ልጆች ግን እራሳቸውን የሚያወዳድሩት በአካል ወይም በምስል ከሚያውቋቸው በጣም ሃብታም ወይም በጣም ታዋቂ የእድሜ

አኩዮቻቸው ጋር ነው። ለጭንቀትና ብስጭት ስለሚዳረጉ ምንም ዓይነት የኢኮኖሚ ችግር ሳይገጥማቸው እራሳቸውን እስከማጥፋት የሚያደርሱ ወጣቶች ቁጥር ቀላል አይደለም። ብዙም የኢኮኖሚ ችግር ሳይኖራቸው ውጪ አገር ከሚያድጉ ልጆች እዛው ኢትዮጵያ ውስጥ በዝቅተኛ ኑር የሚኖሩና ከጓደኞቻቸው ጋር ጤት ማታ የሚጫወቱ ልጆች የበለጠ ፈገግታ ፊታቸው ላይ ይነበባል። ውጭ የወለድናቸውን ልጆች የኑር ደረጃና ደስታ እኛ ኢትዮጵያ ካደግንበት የኑር ሁኔታና ደስታ ጋር ማወዳደር በቂ ነው።

የኢትዮጵያን ዳያስፖራ ባህርይ፣ ዕውቀት፣ አቅም፣ የፖለቲካ አመለካከት ወይም የሃገር ፍቅር ባንድ ቋት ውስጥ ከቶ መፈረጅ አይቻልም። ከቦሌ አውሮፕላን ጣቢያ ወጥተው አሜሪካ ዘመዶቻቸው ቤት ተጠግተው ቀስ በቀስ ሕይወታቸውን የገነቡ አሉ። ሌሎች ደግሞ አሜሪካ ለመድረስ ብዙ ፍዳ ለብዙ ዓመታት አይተው በስተመጨረሻ ተሳክቶላቸው የመጡ አሉ። በመርከብ ጪስ መውጫ ውስጥ ለቀናት ተደብቀው ከሞት አፋፍ ላይ ደርሰው ሕይወታቸው ተርፎ ሰው የሆኑ አሉ። ጀልባቸው ተገልብጦ ባህር ውስጥ ሰምጠው ከሞቶ አንድ ተርፈው፣ ሕይወታቸውን በተለያያ ዓለም የሚመሩ አሉ። በአውሮፕላን ሻንጣ ውስጥ ተደብቀው ሕይወታቸው በአስገራሚ ሁኔታ ተርፎ ወደ ምዕራቡ ዓለም መጥተው ቤተሰብ የገነቡ አሉ። ከአገራቸው በልጅነታቸው ወደ ጎረቤት አገራት ተሰደው ለብዙ ዓመታት በቤት አሽከርነት ሲያገለግሉ ኑረው ዕድል ደርሷቸው ወደ አሜሪካ የመጡም አሉ። በጉብኚነት ወይም ሕገወጥ በሆነ መንገድ መጥተው የኑር ፍቃድ ማግኘት ሳይሳካላቸው እድሜ ልካቸውን ተደብቀው የሚኖሩም እንዲሁ አሉ። የሰው ልጅ ኑርን ለማሸነፍ ወይም ሞትን ለማጣምለጥ የማይዘጊጥጠው ተራራ

የማይዘለው ገደል የለም። ለኛ ኢትዮጵያውያን ብዙ ሰቆቃ የሞላው ስደት ታሪካችን ሆኗል።

እንደዛም ሆኖ አብዛኛው አበሻ እየተሰባሰበ ችግሩን በቀልድና በሳቅ እየተጫዋወተ አብሮ ያሳልፋል። ትዝ ከሚሉኝ ቀልዶች ውስጥ አንድ ወደ ኢትዮጲያ ጎረቤት አገር ተሰዶ ከአስር አመት በላይ ብዙ ስቃይ አይቶ አሜሪካ የመጣ ስደተኛ በመጣ በወራት ውስጥ ስራ ይዛ፤ አንዳንድ አርጌ የቤት እቃዎቹንና ቴሌቪዥን ገዝቶ ኖሮውን ይጀምራል። ሌቦች አፓርትመንቱን ሰብረው ይገቡና እቃዎቹን ሙልጭ አድርገው ይወስዱበታል። እኛ ለማፅናናት ስናናግረው "ምን ታፅናኑኛላችሁ እኔም ሰው ሆኜ ለመሰረቅ በመብቃቴ እግዚሃብሔርን አመሰግኑልኝ" ብሎ አስቆናል። ሌላው የማስታውሰው ደግሞ አንድ ስደተኛ በጣም ይታመምና ለልቡ የመተንፈሻ ፔስ ሜከር (pacemaker) እንዲገባለት ገንዘብ ይዋጣ ተብሎ ብዙ አበሻ ያዋጣና ፔስ ሜከሩ ገብቶለት ህይወቱ ይተርፋል። ይሄ ሲሆን ልጁ የኤርትራ ተወላጅ ኢትዮጲያዊ ነበር። በ1992 ዓ.ም. ጦርነቱ በሻቢያና በወያኔ አሸናፊነት ሲጠናቀቅ ልጁ ቀንደኛ የሻቢያ ደጋፊ ይሆናል። እነዛ ለፔስ ሜከሩ ያዋጡ አንዳንድ ኢትዮጲያኖች "በኛ ገንዘብ እየተነፈስ ልገንጠል ይላል" አሉ ብለው አስቀውኛል።

ሁሉም ኢትዮጵያዊ እንደ አወጣጡ፤ አመጣጡ፤ የሃገር ቤት ግንኙነቱ፤ አስተዳደጉና ከመጣ በኋላ ባሳለፈው ሕይወቱ ይለያያል። ነገር ግን አብዛኛው ኢትዮጵያዊ ከተውልድ አገሩ ለማምለጥ ያሳለፈቸውን ሰቆቃዎች ሁሉ ረስቶ ስለሃገሩ ጉዳይ ሁልግዜ በየቤቱ ሲብሰለሰል ይውላል። የግል ኑሮው የተሳካ ቢሆንለትም ትውልድ አገሩን መርሳት አልቻለም። ከዘመድ ወይም ጓደኛ የሚደርሱ የስልክ ወይም የኢካል ግንኙነቶች ከሰላምታ ልውውጥ በኋላ በቀጥታ ወደ

ኢትዮጲያ ፖለቲካ ውይይት ይሽጋገራሉ። በኢትዮጵያውያኖች ጭውውት ውስጥ ትልቁ ዝሆን የኢትዮጵያ ሁኔታ ነው።

ከሰላሳ ዓመት በፊት በተወሰኑ የአሜሪካ ከተሞች ብቻ የሚኖሩት ኢትዮጵያውያን ቁጥራቸው በመጨመሩ የተነሳ በአሁኑ ጊዜ በትናንሽ ከተሞች ሳይቀር ኢትዮጵያውያንን ማየት የተለመደ ሆኗል። ሃገር ቤት የሚቋቋሙትን የፖለቲካ ድርጅቶች የሚደግፉ የዲያስፖራ ቅርንጫፎች በየጊዜው ቢቋቋሙም፤ በእድሜ የዘለቁት ግን በጣም ጥቂት ናቸው። የተሻለ ስኬት ያላቸው የማህበረሰብ ድርጅቶች በአብዛኛው የዕምነት ቤቶች፤ የኮሚኒቲ ማህበር፤ እድርና የእግር ኳስ ክለቦች ናቸው። እነዚህም ድርጅቶች ውስጥ ፖለቲካ የለም ማለት አይደለም። አገር እየነደደና ሕዝብ እያለቀ ፖለቲካ የማይገባበት የሕብረተሰብ ስብስብ ሊኖር አይቸልም። ነገር ግን የእነዚህ ድርጅቶች ዋንኛ ዓላማ የርዕዮተ ዓለም አንድነት ሳይሆን፤ የኢትዮጵያን እምነቶችና ባህሎች መጠበቅንና ማስፋፋትን ማዕከል ያደረጉ ስብስቦች ናቸው። አብዛኛውን ድርጅቶች በየጊዜው የሚያስተባብሩትና የሚመሩት በጣም ጥቂት ሰዎች ናቸው። የአብዛኛው ሕዝብ ተሳትፎ ውስን በመሆኑ የማህበሩንም ጥንካሬ፤ እድገትና ስኬት ወስኖታል። በአገር ቤት ያለው መከፋፈልም በዲያስፖራ ኮሚኒቲያችንም ውስጥ በየጊዜው ይከሰታል።

ብዙው ኢትዮጵያዊ በየቤቱ ካልሆነ በስተቀር በአደባባይ ፖለቲካዊ ወገዋነቱን ማሳየት ይፈራል። ይህን በሚመለከት ሁለት ዓይነት ድከመቶች ይታዩብናል። በአንድ በኩል ሁሉ ነገር ፖለቲካ የሚመስለን እኛ አስተዋፅዖ ባላደረግንበት ጉዳይ ጭምር ፈቃጅና ነቒ መሆን የምንፈልግ አለን። ኢትዮጵያ በፖለቲካ ስለታመሰች ከፖለቲካ ውጭ ምንም ነገር ማድረግ የለብንም የምንል ፤ ከመንግሥት ንክኪ

ውጭ እርዳታ እንኳ አስተባብሮ መላክን መንግሥትን እንደመደገፍ አድርገን የምናስብ አለን።። ጭራሽም እኛ የምንደግፈውን ድርጅት እኛ በደገፍንበት ወቅት የማይደግፈውን ሰው እንደ ጠላት አድርገን የምንቆጥርም አለን።። ፖለቲካ ወዳጅን እየጨመሩ፣ ጠላትን ደግሞ እየቀነሱ የመሄድ ጉዞ መሆኑን ዘንግተነዋል።።

በሌላ በኩል ደግሞ እኔ ፖለቲካ አልወድምና አትድረሱብኝ የምንል አለን።። ይህ ማለት ስለ ወገኖቻችን የመኖር አለመኖር ህልውና፣ ስለ ትውልድ አገራችን ቀጣይነትና ሰላም፣ ስለማንነታቸው፣ ስለ ኑሮዋቸው፣ ስለ ሰላማቸው ግድ የለንም ማለታችን እንደሆን ዘንግተነዋል።። ምክንያቱም ፖለቲካ እነዚህን ነገሮች በሙሉ ያናጋል።። አደዋ ላይ ከመቶ ሺህ የማይበልጡ ኢትዮጲያውያን የአጼ ምኒሊክን ጥሪ ተቀብለው በድፍረት ጣልያንን ባይገጥሙና ባያሸንፉ ኖሮ ለበርካታ ትውልዶች ባሮች ሆነን እንቀጥል እንደነበር ግልጽ ነው።። ሁሉም የየራሱን ጠጠር ካልጣለ ለውጥ ሊመጣ አይችልም።። ካልተናገሩ፣ ካልጻፉ፣ ጥሩ የሚናገሩትና የሚጽፉትን ፣ ከፉም ለማም የተሻለ ጊዜ እንዲመጣ የሚያስተባብሩትን በድምፅም ሆነ በገንዘብ ካልደገፉና ካላበረታቱ ስለ እናት አገር ህልውና፣ ስለ ዲሞክራሲ፣ ስለ መናገርና መጻፍ መብት ማመን ትርጉም አይሰጥም።። "ወደ ዲሞክራሲ የሚደረገው ጉዞ የሚታፈነው በዲክታተሮች ጥንካሬ ሳይሆን በአብዛኛው ሰው ዝምታ ነው" ያለው ሰው እውነቱን ነው።።

በአሁኑ ጊዜ ኢትዮጵያን ከገባችበት ማጥ ለማውጣት የመሪዎች ሚና ከፍተኛ ነው።። የፖለቲካ መሪዎች የአመራሩን ቦታ የሚመጥን ችሎታና ባህሪ ሊኖራቸው ይገባል።። (1ኛ) ቅንነት ያላቸውና ለሰው ልጅ ክብር የሚሰጡ (2ኛ) የሃገር ፍቅርና ሁሉንም ሕዝብ በእኩልነት የሚያዩ (3ኛ) ዕውቀትና ችሎታ ያላቸው (4ኛ)

ዓላማቸውን በሥራ ለማዋል የሚጥሩ ሲሆኑ ይገባል። ዋንኛውና ዓይነተኛ ለውጥ
የሚያመጣው ቅንነትና ለሰው ልጅ ክብር የሚሰጡ መሆናቸው ነው። ቅንነት
ከሌላቸው እውቀትና ችሎታዎች ከጥቅማቸው ጉዳታቸው ያመዝናል። ከፍተኛ
ችሎታ የሌለው ቅን ሰው በሚያውቁና በሚጥሩ ሰዎች ሊደገፍ ይችላል።

ብዙዎች ኢትዮጵያውያን የሰው ልጅ ተፈራሪ ችሎታና ባህርይ ሊኖረው እንደሚችል
እንዘነጋለን። አንድ ሰው ብልህ ነው ካልን፣ ያንን ሰው ስነፍ ነው ወይም ባለጌ ነው
ለማለት ይከብደናል። አንድ ሰው ሌባ ነው ካልንም፣ ያንኑ ሰው አዋቂ ነው ለማለት
አፋችንን ይይዘናል። አንድን ሰው መጥፎ፣ ከፋ፣ ደካማ ለማለት አንቸገርም።
ሌላውን ደግሞ ደግ፣ ጎበዝ፣ አስተዋይ ለማለት ብዙም አንጨነቅም። የሰው ልጅ
በውስጣዊ ተቃርኖ የተሞላ መሆኑን እንዘነጋለን።

አሜሪካና ኢትዮጵያ ብዙ ልዩነቶች አሏቸው። አንድ የቅርብ ጓደኛዬ ከብዙ ዓመት
መለያየት በሗላ ስንገናኝ ለመሆኑ የአሜሪካ ኑሮ ከኢትዮጵያ በምን ይለያል ብሎ
ጠየቀኝ። "እንደምታውቀው በኢትዮጵያ ገንዘቡ የውሽት ነው ሰዉ ግን የዕውነት
ነው። በአሜሪካ ደግሞ ገንዘቡ የዕውነት ነው ከሰው ጋር ያለህ ግንኙነት ግን
በአብዛኛው የውሽት ነው" አልኩት። ከኢትዮጵያ ገና በወጣሁበት ዘመን ሰዉ
በየመንገዱ ፈገግታ ሲያሳይህ ያውቅኝ ይሆን ወይ ብለህ አስከምትጠራጠር ድረስ
ይገርምሃል። መሽካገል፣ ማስመሰል (acting)ና ስለ ራስ ማጋነን ባሁሉ ነው።
ከፍተኛ ክብር የሚሰጠውና እንደ ትልቅ ችሎታ የሚቆጠረው የማስመሰል ችሎታ
ላላቸው አርቲስቶች ነው። አንድ የሚታወቅ የፊልም አክተር አንድ ሰፈር ቤት ቢገዛ
የአካባቢው ቤት ዋጋ በሙሉ እንደጉድ ይጨምራል - ሁሉም እዚያ ሰፈር መግባት
ስለሚፈልግ። አንድ ዕውቅ የኖቤል ፕራይዝ ያሸነፈ ሳይንቲስትና ስለ ሳይንቲስቱ

የሕይወት ታሪክ እሱን ሆኖ በፊልም የሠራ አክተር በተለያየ ቦታ ንግግር ያደርጋሉ ተብሎ ጥሪ ቢደረግ 90% የሚሆነው (ያውም አሳንሸው ነው) የሚሄደው የፊልም አክተሩ ሲናገር መስማት ነው።: ከመሆን የበለጠ ማስመሰል ይደነቃል። የገቢ መጠናቸውም የሰማይና የመሬት ያህል ይራራቃል።:

ለሠራ ኢንተርቪው ስታደርግ ቀጣሪው በፈገግታ እራሱን እየቀነቀ አዳምጦህ በል ውጤቱን በቅርብ እናሳውቅሃለን ቢልህ ፈገግታውን አይተህ የሚቀጥርህ ሊመስልህ ይችላል።: ነገር ግን ያ ምንም ማለት አይደለም።: በኢትዮጵያም አሁን ባሁሉ እየተቀየረ ይመስለኛል።:

ከሠራ አድሉ በተጨማሪ የአሜሪካ ጥሩው ነገር ሁሉም ወደ ጓላ ሳይሆን ወደፊት ነው የሚያስቡት።: ባለፈ ነገር አይሟዘዙም።: ኢትዮጵያኖች በተለይም አወቅን የምንል ሰዎች ከአንድ ሺህ ዓመት በሆነ ነገርና ትናንት በሆነ ነገር መካከል ብዙም ልዩነት አይታየንም።: በዘሬ አአምሯችንና አስተሳሰባችን በጥንት ዘመን የነበሩ መሪዎችን እናብጠለጥላለን።: እንዳውም ባለፈው ነገር ስናላዝን የነገን ተስፋችንን እናጨልመዋለን።:

ኑሮ በአሜሪካ

አሜሪካ ብቸኛ ልዕለ ኃያል አገር መሆኗ ይታወቃል።: ትልቁን ሃብትና ትልቁን ወታደራዊ ኃይል የገነባች አገር ናት።: ዜጎቿም በአንፃራዊነት ጥሩ የዲሞክራሲዊ መብት አሏቸው።: በተለይ ሕጋቸው ውስጥ ሁሉም ፍጡር ሰው እኩል ነው (All

men are created equal) የሚለውና ሊነጠቁ የማይችሉ መብቶችን
(unalienable rights) የመኖር፤ የነፃነት፤ የመናገርና የመጻፍ ፤ ሃብት
የማከማቸት፤ የመማር፤ በሕግ በእኩልነት የመዳኘት…..) በሕግ ያገናፀፈች አገር
ናት። በመሆኑም ከጊዜ ወደ ጊዜ ከብዙ ትግል በኋላ እነዚህ ሕጎች በሥራ ላይ
የዋሉባትና የዜጎችን ነፃነት በተሻለ ሁኔታ እያረጋገጠች የመጣች አገር ነች። አባባሉ
ላይ "All men" ብለው ህግ ሲያወጡ ሴቶችን አልጨመረም ብለው የሚከራከሩ
አሉ። ጥቂር አሜሪካውያን ወንዶችም እንደዚሁ በጊዜው እንደ ዕቃ ይገዙና ይሸጡ
ስለነበር አልተካተትንም ይላሉ። እርግጥ ነው ሁለቱም በጊዜው አልተካተቱም።
በጊዜው በነበረው አስተሳሰብ ቢያካትቱ ኖሮ ህጉ እንኳን ሊፀድቅ ይቅርና
ለውይይትም አይቀርብም ነበር። ነገር ግን ሴቶችና ጥቂር አሜሪካውያን
አይካተቱምም አይልም። የህግ አውጪዎቻቸውን ብስለትና ቋንቋ አመራረጥ
አለማድነቅ አይቻልም። " All men" የሚሉት ቃላት ትርጉም "ሁሉ ወንድ"
ማለት ብቻ ሳይሆን "ሁሉ ሰው" ወይም " ሁሉ የሰው ልጅ ፍጡር" የሚል
ትርጉምም በጊዜው ነበረው። ዋንኛ አርቃቂ የነበረው ቶማስ ጄፈርሰን (Thomas
Jeferson) አውቆ አሻሚ ቋንቋ መጠቀሙ ከግዜ በኋላ ድንኳኑ እየሰፋ እንዲሄድ
በውስጡ ተዋቂ የፈቀደ ይመሥላል። ለዚህም ቀደምት መስራቾቿ ለአሁኑ ትውልድ
ዜጎቿ ትልቅ ውለታ ውለዋል።

የአሜሪካ መስራች መሪዎች

በ 1787 ዓ.ም. ከአሜሪካ ህገ መንግስት አርቃቂዎቹ አንዱ ቤንጃሚን ፍራንክሊን ስለተረቀቀው ህገ መንግስት ሪፐብሊክ ነው ወይስ ንጉሳዊ ነው ተብሎ ሲጠየቅ "It is a republic, if you can keep it" (ህዝባዊ መንግስት ነው፤ መጠበቅ ከቻላችሁ) ብሎ የመለሰው ዘመን ተሻጋሪ አባባል ከ237 ዓመት በኋላም ያቃጭላል። አሜሪካ ከእንግሊዝ ቅኝ አገዛዝ ነፃ የወጣችው እ.አ.አ. በJuly 4, 1776 ሲሆን በጊዜው የነበረው የህዝብ ቁጥር በግምት 2.5 ሚሊዮን ነበር። ከ250 ዓመት በኋላ ቁጥሩ ወደ 345 ሚሊዮን አድጎ እስከ መቼ እንደሚዘልቅ ባናውቀውም አለምን እንደፈለጓት እያሽከረከረችው ትገኛለች። በአሁኑ ሰዓት አንድ ኩባንያ ብቻ (Walmart) ከ2.5 ሚሊዮን ሰራተኞች ያላነሰ ቁጥር ያሰራል። ለዚህ ከፍተኛ ዕድገት በዚያች ቀን ልሂቃናቻቸው ያረቀቁት የነፃነት አዋጅና (Declaration of Independence) ዲሞክራሲያዊ ህገ መንግስት (Constitution) ከፍተኛ አስተዋፅዖ አድርጓል።

አሜሪካ ብዙ አይነት ፈጠራዎች የሚፈለሰፉባት አገር ነች። በዓለማችን የሚቀጥለው ግዙፉ ፈጠራ (The next big thing) ባለቤትነትን ላለፉት በርካታ ዘመናት በዋንኛነት ተቆጣጥረዋለች። ፋብሪካዎችን፣ መኪናና መርከብ መገንባት ከአውሮፓ የወሰደቸው ዕውቀት ቢሆንም አስፋፍተዋለች። ቆይቶም ቴሌፎንና አውሮፕላን፣ ኮምፒውተርና ኢንተርኔት በመፍጠር አለምን አገናኝታለች። የኤሌክትሪክ መብራት፣ የኒውክለር ሃይል፣ ጄፒኤስ፣ ዲጂታል ቴሌፎንና ቪዲዮ ቴክኖሎጂ በመፍጠር ዓለም በከፍተኛ ሁኔታ እንዲያድግ አድርጋለች። ለዘመናት ደላር ዋንኛው የአለም መገበያያ ገንዘብ በመሆኑ ለሃገሪቱ ከፍተኛ ኢኮኖሚያዊና ፖለቲካዊ ጥቅም አስገኝቶላታል። አለማችን ላይ ብዙ የንግድ ልውውጦች እንዲደረጉም ጠቅሟል። አሁን ደግሞ የአርተፊሻል ኢንተለጀንስ (Artificial Intelligence) ተክኖሎጂ በመፍጠር ልክ እንደሰው ብዙ ነገሮችን አስቦ መስራት የሚችል ሮቦት በመስራት የወደፊቱን የሰውን ልጅ የቴክኖሎጂ ጉዞ አየመራች ትገኛለች። ፍራቻው ከሰው ልጅ የበለጠ ማሰብ የሚችል አቅም እራሱ ሮቦቱ መስራት ቢችል ከሰው ልጅ ቁጥጥር ውጭ እንዳይሆን እየተሰጋ ይገኛል።

አሜሪካ የስደተኛ አገር መሆኗ ይታወቃል። የሁሉም አሜሪካዊያን ዘርያዎች መጤ ናቸው። ከብዙ ሺህ ዓመታት በፊት በአላስካ አድርገው ከእስያ ወደ አሜሪካ የመጡት ነባር አሜሪካውያን (Native Americans) ሲሆኑ፣ አውሮፓውያት ከ15ኛው ምዕተ ዓመት ጀምሮ በሃይማኖት፣ በጦርነት፣ በፖለቲካ ልዩነትና የተሻለ ኑሮ ፍለጋ ምክንያት ወደ አሜሪካ በሚሊዮኖች ሲሰደዱ ኖረዋል። የአሜሪካ ባህልም ሆነ እውቀት በአብዛኛው ከአውሮፓ የተወረስ ቢሆንም፣ ዘግየት ብሎም

ከተለያዩ የዓለም ሃገራት (ደቡብ አሜሪካ፣ እሲያና አፍሪካ) የመጡ ስደተኞች በአሜሪካዊነት ላይ የየራሳቸውን አሻራ አሳርፈዋል።

በተለያዩ ትላልቅ የአሜሪካ ከተሞች ውስጥ ዘግይተው የመጡ ስደተኞች የየራሳቸው ጎልተው የሚታዩበት የከተማ አካባቢ ፈጥረዋል። የቻይና፣ የኮሪያ፣ የሕንድ፣ የቬትናምና ሌሎችም ስደተኞች ትናንሽ የንግድና የኮሚውኒቲ ማዕከሎች መስርተዋል። የየራሳቸው ባንክ፣ ምግብ ቤቶች፣ የገበያ ማዕከሎች፣ አምነት ቤቶችና የባህል ማዕከሎች በአንድ አካባቢ አዷቸው። ነባሯ አዲስ መጤዎችን ስለሚደግፏቸው በቀላሉ ሥራ እንዲይዙ፣ ከባንካቸው በቀላል ወለድ ብድር እንዲያገኙና ቢዝነስ እንዲከፍቱ፣ ቋንቋ እንዲማሩ፣ የአሜሪካን ባህልና አኗኗር እንዲለምዱ ከፍተኛ እርዳታ ይሰጧቸዋል። ከነዚህ አገሮች የሚመጡ ስደተኞች በአጭር ጊዜ እራሳቸውን ችለው ሌላውን መርዳት ይጀምራሉ። ይሄም አዳዲስ ስደተኞች እንዲመጡ ይጋብዛል።

በአማራች ዕድሜ ክልል ውስጥ ያለው የምዕራቡ ዓለም የህዝብ ቁጥር ጡረታ ዕድሜ ክልል ውስጥ ከደረሰው ህዝብ ቁጥር ጋር ሲነፃፀር ከ25 ዓመት በፊት ሰባት ለአንድ የነበረው፣ በአሁኑ ጊዜ ወደ አራት ለአንድ፣ ከሃያ አምስት ዓመት በኋላ ደግሞ ሁለት ለአንድ እያነስ እንደሚመጣ ጥናቶች ያመለክታሉ። በዚህም ምክንያት በምዕራቡ ዓለም የወጣት ሰራተኛ ፍላጎቱ ስለሚጨምር፣ በተለይም በጣም እያደገ የመጣው ከሰሃራ በታች ካሉት አፍሪካ አገሮች የሚፈልሰው የወጣት ቁጥር እየጨመረ እንጂ እየቀነሰ እንደማይሄድ ይገመታል። በምዕራብ አገሮች መጤዎችን የማገድና የመጥላት አዝማሚያ እየጨመረ ቢሄድም፣ የወጣት ሰራተኞች ፍላጎቱ በዛው አንፃር ስለሚጨምር፣ ህጋቸውን እየቀያየሩ በተለያዩ መንገዶች መቀበላቸው

አይቀሬ ነው። በደንብ የሚከፍል ሰራተኛ ፈላጊ ሀገር እስካለ ድረስ በትውልድ ሀገሩ ስራ ያጣው ወጣት መፈለሱ አይቀሬ ነው።

አሜሪካ የሚገኙ ስደተኞች ወደ ትውልድ አገራቸው በዓመት ከ800 ቢሊዮን ዶላር በላይ በሬሚታንስ (remittance) ለዘመዶቻቸውና ወዳጆቻቸው ይልካሉ። ብዙና የቆዩ ተወላጆች በውጭ አገር ያሉቸው አገሮች ኢኮኖሚያቸውን የሚደግፍ ከፍተኛ የውጭ ገንዘብ ከሬሚታንስ በየዓመቱ ያገኛሉ። ለምሳሌ ያህል ከአፍሪካ ናይጄሪያና ግብፅ በየዓመቱ ከ20 ቢሊዮን ዶላር በላይ ከዜጎቻቸው ይላከላቸዋል። እንደ አንዳንዶች ግምት በተለያዩ አገራት ያሉ ኢትዮጵያኖች በየዓመቱ ወደ ኢትዮጵያ በሬሚታንስ የሚልኩት ገንዘብ ከአምስት ቢሊዮን ዶላር አይበልጥም። ሰላም ቢወርድና ሀገሬቱ ወደ ዲሞክራሲ ግንባታ ብታመራ ይሄ ገንዘብ በአጭር ጊዜ ውስጥ እጥፍ ድርብ እንደሚሆን ይገመታል። ለሀገሪቱ ኢኮኖሚ ግንባታ ከፍተኛ አስተዋፅኦ ሊያደርግ ይችላል።

ከሃምሳ ሚሊዮን በላይ የሚሆነው አሜሪካ ነዋሪ መጤ ነው። ይህም ከአሜሪካ ሕዝብ ከ16% በመቶ በላይ ይሆናል። ከመጤዎቹም ውስጥ ሃያ በመቶ የሚሆነው ሕጋዊ ፍቃድ የለውም። የመጀመሪያ ትውልድ አሜሪካዊያን ተምሮ ለማገደግ ወይም ሥርቶ ለመበልፀግ ትልቅ ተስፋ ሰንቀው ስለሚመጡ ከነባር አሜሪካውያንም የበለጠ ጥረት ያሳያሉ። ብዙ ጥናቶች እንድሚያሳዩት ለአሜሪካ ኢኮኖሚ የበላይነት መያዝ ትልቁ ምክንያት የዜጎቹ ነፃነት ብቻ አይደለም። ይህንኑ ነፃነት ለመጋራት ሲሉ በጣም የተማሩና በሥራ ትጉህ የሆኑ የሥራ ፈጣሪ መጤዎች በየትውልዱ ሳያቋርጡ ከተለያዩ አገሮች ወደ አሜሪካ መስደዳቸው ነው። በአሜሪካ ለፈጠራ

ውጤት ማስረጃ የሚሰጡ ፓተንቶች (patents) ውስጥ ከአራት አንዱን የሚያገኙት ውጭ የተወለዱ መጤዎች ናቸው፡፡ ከቁጥራቸው አንፃር ከሌላው ተወላጅ በአጥፍ ያደገ ነው፡፡ ከመጡባቸው አገራት ጋር ለሚደረገው የንግድ ግንኙነትም ድልድይ ይሆናሉ፡፡ ኢንቨስትመንት ወደ ትውልድ አገራቸው ይስባሉ፡፡ ለሚኖሩበትም አገር ትልቅ የታክስ ገቢ ያስገኛሉ፡፡

በዚህ ወቅት ከግማሽ በላይ የሆኑትን ፎርቹን 500 ተብለው የሚታወቁትን ትላልቅ የዓለማችንን ኩባንያዎች የመሰረቱት መጤዎች ወይም የመጤ ልጆች ናቸው፡፡ ከቴክኖሎጂ ካምፓኒዎች እንደነ ቴስላ፤ ጉግል፤ አፕል፤ ንቪዲያ፤ ቬራይዘን፤ ኤቲኤንቲ የመሳሰሉ ድርጅቶን የመሰረቱት ከውጭ የመጡ ሰዎች ናቸው፡፡ ከሌሎች ኢንደስትሪዎች ውስጥ ደግሞ እንደነ አማዞን፤ ኮስኮ፤ ጄፒ ሞርጋን ቼዝ፤ ፋክስ ኒውስ፤ ቦዪንግና ማክዶናልድን የመሳሰሉ የትሪሊዮኖች ካፒታል ድርጅቶን የገነቡት መጤዎች ወይም ልጆቻቸው ናቸው፡፡
በአሜሪካ ውስጥ ካሉ መጤዎች ውስጥ በስኬት ህንዶችን የሚያህል የለም፡፡ የተሳካላቸውም ወደ አሜሪካ የሚመጡት ከቢሊዮኖች ተመርጠው በSTEM (Science/ Technology/Engineering/Mathematics) ትምህርት የተቀረጹ፤ በጠንካራ የስራና የመደጋገፍ ባህል ያደጉ፤ እንግሊዘኛ ተናጋሪዎች በመሆናቸው ነው፡፡ በአሜሪካ 75% የሚሆኑት የህንድ መጤዎች ዲግሪ አላቸው፡፡ የጉግልና የማይክሮሶፍት ካምፓኒዎች ዋና ስራ አስኪያጆች ህንዶች ናቸው፡፡ በካሊፎርኒያ ሲሊኮም ቫልይ (silicon Vallely) ፤ በዎልስትሪት (Wallstreet) ፤ በትናንሽ ከተሞች ሆስፒታሎችና ዩኒቨርሲቲዎች ከፍተኛ ኢንጂነሮች፤ ዶክተሮች፤ የፋይናንስ ፕሮፌሽናሎችና ፕሮፌሰሮች ናቸው፡፡ የንግድ ድርጅቶቻቸውን ለውድቀት በማይጋለጡ ኢንዱስትሪዎች እንደ ክሊኒኮች፤ ሆቴሎችና ቴክኖሎጂ ካምፓኒዎች

አስፋፍተዋል። ከሁሉ በላይ ደግሞ ብቻቸውን አይራመዱም። ይደጋገፋሉ። የቆዩት አዳዲሶቹን በብድር፤ በሃሳብ፤ በዕውቀት ያግዛሉ። ህንዶች ቢዝነስ ከከፈቱ ወይም በትላልቅ ድርጅቶች ውስጥ ከፍተኛ ቦታ ከያዙ ባጭር ጊዜ ውስጥ መስሎቻቸውንና ቤተሰቦቻቸውን ይሰበስባሉ። በፍጥነትም ያድጋሉ። ቤተሰብ ልጆቻቸውን ለማስተማር ከፍተኛ ጥረት ያደርጋሉ። ልጆቻቸውም በህንድ ባህልና በአሜሪካ ህልም ተቀርጸው ያድጋሉ። እነዚህም ልጆች ከቤተሰቦቻቸው የበለጠ ስኬታማ ይሆናሉ። ሁሉም ባይሆኑም አብዛኞቹ ለስኬት የተመቻቹ ሆነዋል። የኑሮ ስኬት ከሌላ የሚሰጥ ሳይሆን በጥረት የሚገኝ፤ ሳይታከቱ በዲሲፕሊን የሚጠበቅ ዕሴት ነው።

በአሁኑ ሰዓት ንቪዲያ (NVIDIA)ና አፕል (Apple) እያንዳንዳቸው ከሦስት ትሪሊዮን ዶላር በላይ ካፒታል አላቸው። ይህ ማለት በአንድ ምጡቅ መጤ ሰው ልጅ የተጀመረ ካምፓኒ ከአፍሪካ አጠቃላይ ዓመታዊ ምርት ወይም ጂዲፒ (GDP) የሚበልጥ ካፒታል አለው ወይም ገንብቷል ማለት ነው። አሜሪካ ከፍተኛ የፈጠራ ችሎታ ያላቸው ሰዎች በቀላሉ ሃብት የሚያግበሰብሱበት እገር ነው። ሃገሪቷ በሃብት ከአለም አንደኛ ብትሆንም (አጠቃላይ የአሜሪካ የግል ንብረቶች 140 ትሪሊዮን ዶላር ይገመታል) አብዛኛው የአሜሪካ ሕዝብ ግን ከእጅ ወደ አፍ ኑሮ ነው የሚኖረው። ገና ሰርቶ ባላስገባው ገንዘብ በዱቤ በመግዛት ሱስ የተጠመደ ነው።

በዜጎች መካከል ያለው የአቅም ልዩነት በጣም እየሰፋ መሄዱ አሳሳቢ ነው። 10 በመቶ የሚሆነው ህዝብ 70 በመቶ የሚሆነውን የአሜሪካ ሃብት ባለቤት ሲሆን

ከ50 በመቶ የማያንሰው ዝቅተኛው ህዝብ በአጠቃላይ ያለው ካፒታል ግን ከአሜሪካ ሃብት ከ2 በመቶ አይበልጥም። በጣት የሚቆጠሩ ሃብታሞች ከታችኛው ከአሜሪካ ግማሹ ህዝብ በላይ ሃብት አላቸው። ያም ሆኖ ቢሊዮናች የሚያስገቡ ኩባንያዎች በመቶ የሚከፍሉት የታክስ መጠን እነስተኛ ገቢ ካላቸው ዜጎች የታክስ መጠን ያነሰ በመሆኑ ሃብታሙ የበለጠ እያደገ እነስተኛ ገቢ ያለው ደግሞ ኑሮውን ለማሻሻል ሲውተረተር ይኖራል።

አሜሪካ ይህን ያህል ለሚጥሩ ሰዎች ስኬት አመቺ አገር ነው ሲባል ጭቆና ወይም ዘረኝነት የለም ማለት አይደለም። አንድ ጥናት እንደሚያሳየው በአሜሪካ ፎርቹን 500 ካምፓኒዎችን ከሚመሩ ሃላፊዎች (CEOs) ውስጥ ጥቁር አሜሪካውያን ከአምስት አይበልጡም። ላቲኖዎችም ከአስር አይበልጡም። ከሰማንያ በመቶ በላይ የሚሆኑት ነጭ ወንዶች ናቸው። ያም ሆኖ ብዙ ችግሮችን አልፈው ትላልቅ ካምፓኒዎችን ለመገንባት የደረሱ መጤዎች ወይም ልጆቻቸው ቁጥራቸው ቀላል አይደለም። የእስያ መጤዎች የአገራቸውን ጠንካራ የሥራ ባህል ይዘው አሜሪካ መምጣታቸው፣ ከተወላጁ የበለጠ ስኬታማ አድርጓቸዋል። በርካታ ትላልቅ ኩባንያዎችን ይመራሉ። በተለያዩ የፕሮፌሽናሎች ስብሰባዎች ላይ ከእነዚህ አገራት የመጡ ሰዎች ቁጥራቸው ከጊዜ ወደ ጊዜ በጣም እየጨመረ መምጣቱ ጥሩ ማሳያ ነው።

የአሜሪካ ኑሮ በአብዛኛው ቀልብ የሚገዛ፣ ሩጫ የበዛበት፣ ሳያውቁት ነገቶ ሳያውቁት የሚመሽበት ነው። በተለይ በምስራቁና በምዕራቡ የአሜሪካ ከፍል ለሚኖሩ አብዛኛው ሰዎች በኑሮ ውድነት ምክንያት ሩጫው ይብሳል። ልጆች ወልዶ ለማሳደግ ፈተናው ብዙ ነው። ግርሰሪ ዕቃዎች ለመግዛት በሄዱ ቁጥር

ልጆች ተሸከም መሄድ፤ ከት/ቤት ጓደኞቻቸው እንዳያንሱ ሲባል የተለያዩ መዝናኛ ቦታዎችን ማሳየት፤ የስፖርት ስልጠናዎች (ቅርጫት ኳስ፤ እግር ኳስ፤ የሙዚቃ መሳሪያዎች ትምህርት፤ የበረዶ ላይ ስፖርት...) መውሰድ፤ የሚያስፈልጉ ቁሳቁሶችን በየጊዜው መግዛት፤ የጓደኞቻቸውን ልደት እንዲያከብሩ መውሰድና መመለስ፤ በየቀኑ ስራ ውሎ ለሚገባ ቤተሰብ በጣም አድካሚ ነው::

ልጆች ካደጉም በኋላ የቤት ስራቸውን ማጠናቀቃቸውን መከታተል፤ ከማይሆኑ ልጆች ጋር ገጥመው ለአደገኛ ዕፅ እንዳይጋለጡ ቀን ማታ መከታተሉ ሃላፊነቱን ይጨምረዋል:: በተለይ ትላልቅ ከተሞች ውስጥ ለሚኖር ቤተሰብ በየቀኑ የሚገደለው ወጣት ቁጥር በጣም ከፍተኛ እንደመሆኑ እነሱን መከታተሉ ዕረፍት ይነሳል:: ዕድሜያቸው ደርሶ ኮሌጅ ሲገቡ ደግሞ ከፍያው አማካይ ገቢ ላለው ሰው በጣም ከባድ ነው:: አብዛኛው የነፃ ትምህርት ዕድል የሚሰጠው እነስተኛ ገቢ ላላቸውና በጣም ከፍተኛ ውጤት ላመጡ ጥቂት ልጆች በመሆኑ አማካይ ገቢ ላላቸው ቤተሰቦች የትምህርት ቤት ከፍያው ናላ ያዞራል:: ከዚህም በተጨማሪ ምክንያቱ በትክክል ባይታወቅም አሜሪካ ከሚወለዱ ልጆች ከ36ቱ አንዱ በኦቲዝም (Autism) ይጠቃል:: ይህ ቁጥር ከሌሎች አገሮች የላቀ ነው:: እነዚህን ልጆች ማሳደግ ለቤተሰብ ተጨማሪ የዕድሜ ልክ ፈተና ነው::

አሜሪካ ነዋሪ መሆን የሸቀጥ ማራገፊያ መሆን ነው:: የገና በዓል በመጣ ቁጥር ለሚቀርቡት ሰው ሁሉ ስጦታ መስጠት የተለመደ ነው:: በቴሌቪዥን የሚወጡ ማስታወቂያዎች ዕረፍት ስለሚነሱ አይምሮን ይስባሉ:: በማስታወቂያ የተከበ ብራንድ ዕቃዎችን ከአጥፍ በላይ የሆነ ዋጋ በመክፈል መግዛት ብዙውን ሰው

አያስጨንቀውም። መደብር ሲገባ ዕቃ በጋሪ ስለሚጭኜን ከፍለው የሚወጡ ሰዎች አብዛኞቹ ጎዶሎ ጋሪ ይዘው ሲወጡ አይታይም። ምን ያስፈልገናል ብሎ በመጠየቅ ዕቃዎችን የማያግበሰብሰው ሰው ቁጥሩ ትንሽ ነው። ከቅርብ ጊዜ ወዲህ ደግሞ ወደ መደብርም መሄድ፣ ብር መሽከም፣ እንደዱሮው ቼክ መፃፍ፣ ከሬዲት ካርድም መያዝ ሳያስፈልገን በአጅ ስልካችን ወይም ኮምፒውተር ላይ ብቻ ዕቃዎችን መርጦ ግዛ የሚለውን ቁልፍ ጠቅ በማድረግ በማግስቱ የአግዘን መኪና እየመጣ በራችን ላይ እየወረወረ ይሄዳል። የሚከፈለው ቢል (Bill) በወሩ መጨረሻ ላይ ሲመጣ የትየሌሌ ይሆናል።

ሁሉ ነገር (ቤት፣ መኪና፣ የቤት ቁሳቁስ….) በዕዳ ስለሚገዛ የመግዛት ውሳኔን በጣም በማቅለል ሰዎችን የማይወጡት የዕዳ ቀለበት ውስጥ በማስገባት በከፍተኛ ወለድ ከፍያ የዕድሜ ልክ ባሪያ የሚያደርግ ሲስተም ነው። ነገር ግን አቅሙን ለሚያውቅና ወጪውን ለሚቆጣጠር ሰው እራስን ለማሻሻል ሰፊ ዕድል ይሰጣል። ለሚጥር ሰው አሜሪካ የሚሰጠውን የኑሮ ነፃነትና የማደግ ዕድል በየትኛውም የአለም አራት ማዕዘን ማግኘት አይቻልም።

አሜሪካ የሚኖረው አብዛኛው ኢትዮጵያዊ የሚተዳደረው በግል ሥራ ነው። አሜሪካ ሥራ ለሚወድና ለሚጥር ሰው በጣም ምቹ አገር ነው። በተለይ የራሱን ቢዝነስ ለመጀመር ለሚፈልግ ሰው በቂ ካፒታልና ዕውቀቱ ካለው በ24 ሰዓት ውስጥ ሥራ መጀመር ይችላል። ከጀማሪዎች ውስጥ በቅጽሚነት የሚሳካለት ግን ከአምስት አንድ አይበልጥም። አብዛኛዎቹ የተሳካላቸው ወድቀው የተነሱ ናቸው። ለስኬት ያበቃቸውም ተስፋ አለመቁረጣቸው ነው። ደጋግሞ መሞከር የተለመደ

ነው። ቅድሚያ ፍቃድ የሚጠይቁ ሥራዎች በጣም ጥቂት ናቸው። እንደ መንጃ ፍቃድ፤ ምግብ ነክ፤ አልኮል፤ አንዳንድ ፕሮፌሽናል ሥራዎች፤ መድሃኒት የመሸጥ የመሳሰሉ ነገሮች የሕዝብን ጤንነትና ደህንነት ለመጠበቅ ሲባል ልዩ ፍቃድ ከመንግሥት ወይም ከሙያ ማህበራት ማግኘት ያስፈልጋል። የሚጠይቁትን ነገሮች ካሟሉ ወዲያው ፍቃድ ማውጣት ይቻላል። የሥራውም ፀባይ ወረተኛ ነው። ዛሬ አትራፊ ወይም ተፈላጊ የሆነው ሥራ ነገ የተገላቢጦሽ ሊሆን ይችላል። እራስን ከጊዜው ጋር እያመሳሰሉ መሄድ ወይም የሕይወት ዘመን ሙሉ ተማሪ መሆንን ይጠይቃል። ከችሎታና ጥረትም የበለጠ እራሱን ጊዜው በሚፈልገው ስልጠና እያስተካከለ ለሚሄድ ሰው የበለጠ ይሳካለታል።

አብዛኛው አበሻ አንድ የንግድ ሥራ ለመጀመር ሌላው አበሻ ያንን ሥራ ሠርቶ ሕይወቱን መቀየሩን ማረጋገጥ ይፈልጋል። ሌላው አበሻ ከተሳካለት ደግሞ እሱም ያለምንም ጥርጥር የሚሳካለት ይመስለዋል። አዲስ መጤ ከቤተሰብ የወረሰው ሃብት ወይም ንብረት ስለሌለው አዲስ ነገር ለመጀመር ይፈራል። ነገር ግን አብዛኛው አበሻ ኩሩ ስለሆነ በመንግሥት ዕርዳታ መኖር አይፈልግም። የአሜሪካ መንግሥት ዕርዳታም በጥቂቱ ስለሆነ ሰዎችን በዕርዳታ ላይ እንዲሰነብቱ አያደርግም። አሜሪካ ውስጥ ብዙ የሚያጋጥ ነገሮች ስላሉ ቅድሚያ የምትሰጠውንና የገንዘብ አያያዝ ዕውቀት ከሌለህ ኑሮህን ማሸነፍ ያዳግትሃል። አያያዙን ካላወክ ሁለት ሦስት ሥራ መሥራቱ በህይወት ላይ ብዙ ለውጥ አያመጣልህም። ገንዘብ ከማምጣቱ የበለጠ ማውጣቱ ላይ ማተኮር ያስፈልጋል። ለማነፃፀር ያህል አንድ አሜሪካዊ ከሚያገኘው ገቢ በአማካይ የሚቆጥበው 3.5 በመቶ ብቻ ሲሆን፤ አንድ ጃፓናዊ የሚቆጥበው በአማካይ 40 በመቶ አካባቢ ነው። ጃፓኖች የወደፈት ኑሯቸውን ለማሻሻል በእቅድና በበጀት የሚኖሩ ሲሆን፤ አሜሪካውያን ደግሞ

የወደፈት ኑሯቸውን ዛሬውኑ በዕዳ በመኖር ከፍተኛ ወለድ የሚከፍሉ ናቸው። ያም ብዙ ዋጋ ያስከፍላቸዋል። ምንም ዕዳ የሌለባቸው አሜሪካኖች በአማካይ ከ20 በመቶ አይበልጡም።

አዬ አሜሪካ
እንዳልወድሽ ዕረፍት ነስተሽ
እንዳልጠላሽ ሥራ ስጥተሽ
ሥራሁ አጠራቀምኩ አገሬ ልግባ ስል
መልሶ ይወስደዋል ያልተከፈለ ቢል!

ስኬት ቀጥተኛ መንገድ ባይኖረውም አንዳንድ ነገሮች ላይ ትኩረት መስጠት ይጠቅማል። ስትበደር፤ ማንኛውንም ነገር ስትገዛ፤ ኢንቨስት ስታደርግና ስትዝናና አቅምህንና የወደፈት ዓላማህን ሳትዘነጋ ሊሆን ይገባዋል። የምትኖርበትን አካባቢ መምረጥ፤ ለልጆችህ በቂ ጊዜ መስጠትና ትምህርት ቤታቸውን መምረጥ፤ የት ምን እንደምትገዛ ማወቅ፤ ካፒታል እንዴት እንደምትገነባ፤ የቋንቋ ቸሎታህን እንዴት እንደምታሳድግ፤ የምትማርበትንና የምትማረውን ትምህርት ማወቅ፤ ከሬዲት ስኮሩ(credit score)ን እንዴት እንደምታሳድግ ማወቅ የኑሮህን ደረጃና ስኬት ይወስኑታል። ወደ ላይ መውጣቱ ከበድ ቢልም መውረዱ ግን ቅርብ ነው። በኑሯችን ላይ ጊዜ ከምናጠፋባቸው ነገሮች ሰማኒያ በመቶ የሚሆነት ህይወታችንን አይቀይሩትም። ከምንሸምታቸውም ዕቃዎች ውስጥም እንደዚሁ ነው። ሃያ በመቶ የሚሆነት ናቸው ህይወታችንን ላይ ለውጥ የሚያመጡት። እነዛን ሃያ በመቶ የሚሆኑትን መምረጡና በነሱ ላይ ማተኮሩ ብልህነት ነው። በሃገር ደረጃም ስናስበው እንደዚሁ ነው።

አንድ ልጅ ኮሌጅ እንደጨረሰ በሳምንት 100 ዶላር ካፒታል ገበያ ላይ ቢያውል በ67 ዓመቱ ጡረታ በሚወጣበት ጊዜ በአማካይ የአንድ ሚሊዮን ዶላር ጥሪት ሊኖረው ይችላል። አሁን ባለው የአሜሪካ ህግ መሰረት አንድ ወጣት የኮሌጅ ተማሪ ወይንም ምሩቅ ስራ እንደጀመረ ለሶስት ተከታታይ ዓመታት ብቻ $7000 ሰርቶ ካገኘው ደምወዝ በየአመቱ Roth IRA ላይ ኢንቨስት ቢያደርግ ጡረታ በሚወጣበት ጊዜ ከአንድ ሚሊዮን ዶላር ያላነስ ከታክስ ነፃ የሆነ ገንዘብ ሊጠብቀው ይችላል። በቅሚነት አንድ ከተማ ለሚሰራ ሰው ቤት ከመከራየት ይልቅ በብድር መግዛቱ የኅላ የኅላ ከኪራይ ነፃ ለመኖር ያስችላል። እራስን ከካፒታል ገበያ አለማራቅና የዋጋ ግሽበትን ለመከላከል ንብረት መያዝ በጣም አስፈላጊ ነው። ገንዘብ በጣም አስፈልጎህ ለመበደር ባንክ ብትሄድ ምን ንብረት አለህ ነው እንጂ ስንት ዲግሪ አለህ ብለው አይጠይቁህም። የቴክኖሎጂና የፋይናንስ ዕውቀት ያለው ሰው ኑሮን በቀላሉ ማሸነፍ ይችላል። የወደፉቱ ቱጃሮችም እነሱ እንደሚሆኑ ገና ካሁን እየታየ ነው። ለሰው ወይም ለድርጅት ተቀጥሮ በመሥራት ኑሮን ከማሸነፍ በበለጠ ኑሮው ላይ ዓይነተኛ ለውጥ ማምጣት ከባድ ነው። በቂ ጥናት አድርጎ በሚያውቀው ሥራና ልምድ የግል ቢዝነስ የሚሰራና የሚጥር ሰው ሃብታም መሆንና ሌሎችንም መርዳት ይችላል። እንደ አሜሪካ አገር ለሚኖር ሰው ኢኮኖሚው በጣም ተለዋዋጭ ስለሆነ በአንድ ስራና በአንድ የገቢ ምንጭ ብቻ ተማምኖ ያለ ጥሪት መኖር ለአደጋ ያጋልጣል። ከድህነት አንድ ደረጃ ከፍ ያለ ኖሮ መኖር ነው።

በዓለማችን ላይ የወደፉቱ ስኬታማ ሰው እራሱን ሁልጊዜ ለአዳዲስ ዕውቀቶች አዘጋጅቶ የሚኖር ሰው ነው። ማይምነት ፈደል አለመቁጠር ብቻ ሳይሆን መማርና

መመራመር ማቆምንም ይጨምራል። ዓለም በታላቅ ፍጥነት እየተቀየረች ባለችበት ዘመን መማር ያቆመ ሰው በተለምዶ ማይም ከምንለው ሰው ብዙም የተሻለ ኑሮ አይኖረውም። ወደፊት ሰው በማሽን እየተተካ፤ የጉልበት ስራ እየረከሰ የዕውቀት ስራ ደግሞ በጣም እየተወደደ ይሄዳል። አንድ ከመቶ ዓመት በፊት የሆነ ዕውነተኛ ታሪክ ልጥቀስ። ሄነሪ ፎርድ ያቋቋመው የመኪና ፋብሪካ ውስጥ አንድ ማሽን በድንገት ይቆማል። ፎርድና ሌሎች ኢንጂነሮች ብዙ ትግል ቢያደርጉም መስራት ያቅታቸዋል። በጣም ስለማሽን ያውቃል የተባለ ኢንጂነር መጥቶ ሁሉን ነገር ካጠና በኋላ አንድ ብሎን ዞር በማድረግ ማሽኑ እንዲነሳ ያደርጋል። ለሰራበት ዋጋ አስር ሺህ ዶላር ከፈል ይለዋል። ፎርድም ለዚቸው ግዜ ነው አስር ሺህ ብር የምታስከፍለኝ ብሎ ይከራከራል። ሰውየውም ፣ ዶላር ብሎኑን ላዞርኩበት፤ 9999 ዶላር ደግሞ የትኛውን ብሎን ማዞር እንዳለብኝ ላወቅሁበት ነው ይለዋል። ፎርድ የተጠየቀውን ከመክፈል ውጪ አማራጭ አልነበረውም።

ዳያስፖራው ኢትዮጵያን እንዴት ያግዝ

በ2018 ኢትዮጵያ ተመልሼ ስመጣ አንድ ጋዜጠኛ ወደ አገር ቤት መጥታችሁ አገራችሁን ታገለግላላችሁ ወይ ብሎ ጠይቆኝ ነበር። የመለስኩለት በዕውነት የተማሩና የሚያውቁ ሰዎች አገሪቷን እንዲያገለግሉ ከተፈለገ ብዙ አዋቂዎች እዚሁ አገር ውስጥ አንገታቸውን ደፍተው የሚኖሩ ምሁራን ስላሉ፤ ለውጡ እነሱን ከማቅረብ ይጀምር ብዬው ነበር። ውጪ የሚኖሩ ኢትዮጵያውያን ካሉበት ቦታ ሆነው የሚያበረክቱት አስተዋፅኦ ይበልጣል። እዛው ሆነው ገንዘብ በመላክና በሚኖሩበት አገር ያለውን መንግሥት ስለኢትዮጵያ ያለውን አመለካከት ሊዘውሩ ይችላሉ። ኢትዮጵያ ውስጥ ያለው የንብረት ባለቤትነትና ኢንቨስትመንት ህግ

ቢከበር፣ የኑሮ ዋስትናና ሰላም ቢኖር ትልቅ መሻሻል ሊመጣ ይችላል። ደግሞ ብዙ ሃብታምና በተለያየ መስክ ኤክስፐርት የሆኑ ኢትዮጵያውያን የራሳቸውን ብቻ ሳይሆን የሌሎች ኢንቨስተሮች መዋዕለ ንዋይ ይዘው ሊመጡና፣ የብዙ ኢትዮጵያውያንን ኑሮ ሊቀይሩ ይቻላቸው ነበር። ከፈረሱ ጋሪውን አናስቀድመው ነበር ያልኩት።

ተሰደው ከአገሩ የወጡት ብቻ ሳይሆን የልጅ ልጆቻቸው የኢትዮጵያዊነት ስሜታቸው ከፍተኛ ነው። በአሁኑ ሰዓት ውጭ አገር የሚያድጉ ልጆች አብዛኞቹ በኮሚኒቲያቸውና በቤተ እምነታቸው ውስጥ ስለሚያድጉ ማንነታቸው ከወላጆቻቸው ማንነት ጋር የተሳሰረ ነው። ወደፊት ለሃገራቸው ዕውቀት፣ ቴክኖሎጂ፣ መዋዕለ ንዋይ በማምጣት እናት አገራቸውን በጣም ሊጠቅሙ ይችላሉ። ብዙ አገሮች እንደሚያደርጉት ለትውልደ ኢትዮጵያውያን ሁለተኛ ኢትዮጵያዊ ዜግነት መብት ሊሰጣቸው ይገባል። ይህ በሥራ ላይ ቢውል ለሃገራቸው አስተዋፅኦ እንዲያደርጉ የውዴታ ግዴታ ስሜት ስለሚፈጥርባቸው፣ ወደፊት አገራቸውን በተለያየ መስክ ለማሳደግ ከፍተኛ ኃይል እንደሚሆን ጥርጥር የለውም።

እራሴን እንደምሳሌ ብወስድ አሜሪካ በቆየሁባቸው ዓመታት ከ20 ሺህ በላይ የሚጠጉ ተማሪዎችን የተለያዩ ኮርሶች አስተምሬያለሁ። በብዙ መቶዎች ምናልባትም በሺህ የሚቆጠሩ ኢትዮጵያኖች በውጭው ዓለም በተለያዩ ከፍተኛ ትምህርት ተቋማት ውስጥ በፕሮፌሰርነት እያገለገሉ ይገኛሉ። ሃገር ውስጥ ያለው ፖለቲካ ቢስተካከልና ሰላም ቢወርድ ሚሊዮኖችን ማስተማር የሚችሉ ኢትዮጵያውያኖች ከሃገር አይወጡም ነበር። ከወጡትም የተወሰኑት ሊመለሱ ወይም

እየተመላለሱ ሊያስተምሩ ይችሉ ነበር። ይሄ እንግዲህ በማስተማሩ ሙያ ያሉትን ብቻ ነው። ሰላም ቢወርድና ዲሞክራሲ ቢሰፍን በተለያዩ ሙያዎች የሠለጠኑ በሚሊዮኖች የሚቆጠሩ ኢትዮጵያኖች ችሎታቸውንና መዋእለ ንዋያቸውን ወደ ትውልድ አገራቸው ባፈሰሱና ድህነትን ታሪክ ባደረጉ ነበር።

በርካታ አገሮች በቴክኖሎጂ ያደጉት በአገራቸው ዳያስፖራ ከፍተኛ ድጋፍ ነው። እስራኤሎች፤ ጃፓኖች፤ ቻይናዎች፤ ህንዶች፤ ኮሪያዎችና የሌሎች አገሮችም ተወላጆች ለእናት አገራቸው እድገት ወሳኝ ሚና ተጫውተዋል። በኢትዮጵያችን ይሄ ሊሆን የሚችለው በተለያዩ መስክ ያለው የኢንቨስትመንት ሜዳ ሲስተካከልና የግል ንብረት አስተማማኝ የሕግ ጥበቃ ሲኖረው ብቻ ነው።

መደምደሚያ

እኛ ኢትዮጵያውያን የሰው ዘርና ሥልጣኔ መነሻ፤ በተፈጥሮ የዘረመል ብዝሃነት (genetic diversity) የታደለን ሕዝብ፤ በክርስትናም ሆነ በእስልምና እምነቶች ከፍተኛ ክብር የተሰጠው ማንነት ወራሾች፤ የአባ ገሪማው የዓለማችን የመጀመሪያው የተሟላ መጽሐፍ ቅዱስ ባለቤት፤ የሙሴ ፅላትና የግማደ መስቀሉ ማረፊያ፤ ብቸኛው የጥቁር አፍሪካ ሃገራዊ ፊደል ባለቤት፤ በዓለም በጣም ተወዳጅ የቡና ፍሬና በርካታ ምስጢራዊ እፀዋቶች መገኛ ምድር፤ ብቸኛው በቅኝ ያልተገዛች አፍሪካዊ አገር ባለቤት ነበርን። ግና ዛሬ በሃያ አንደኛው ክፍለ ዘመን ላይ ኋላቀር በሆነ የዘር ፖለቲካ ህልውናችን አደጋ ውስጥ እስኪወድቅ ድረስ ስንታመስ ማየት በጣሙን ያሳዝናል። ኢትዮጵያ ለመጀመሪያዎቹ ክርስትያኖችም ሆነ ሙስሊሞች መጠጊያ የነበረችዋና አሁንም ለእግዚአብሄር ያደሩ አባቶች ምድራዊውን ዓለም ትተው ሌት ከቀን የሚጸልዩባት አገር የራሷን ልጆች በየአገሩ በትናቸዋለች።

በሦስተኛው ምዕተ ዓመት በዓለም በጣም ታዋቂ ጠበብት፤ ፈላስፋና የሃይማኖት ሊቅ የነበረው የፐርሺያው ማኒ እንዲህ ብሎ ነበር። "በዓለም ላይ አራት ታላላቅ መንግሥታት አሉ። አንደኛው (በጊዜው እያደገ የመጣው) የባቢሎንና ፐርሺያ መንግሥት፤ ሁለተኛው (መውደቅ የጀመረው) የሮማው መንግሥት፤ ሦስተኛው የአክሱም መንግሥት ሲሆኑ፤ አራተኛው የቻይና መንግሥት ናቸው።" በጊዜው ኢትዮጵያን ከቻይና በላይ በሶስተኛ ደረጃ ያስቀመጣት ማኒ ዛሬ ተነስቶ ቻይናና ኢትዮጵያ ያሉበትን ደረጃ ቢያይ በድንጋጤ ተመልሶ ይሞታል ብል ብዙም ያጋነንኩ አይመስለኝም።

ሃገራችን ኢትዮጵያ በዚህ ወቅት በትልቅ ሃብት ላይ ተቀምጣ የምትለምን አገር ናት። ለዘመናት በጣም ትልቅ ክብርና ዝና የነበራት፤ አብዛኛው የጥቁር ሕዝብ የሚመካባት፤ ብዙ በቅኝ ግዛት የተገዙ አገሮች እንደነፃነት ጮራ የሚያዩዋት አገር ነበረች። በርካታ የጥንት ኃያላን አገሮች (የቹርክ፤ የባቢሎን፤ የግብፅ፤ እንዲሁም የአውሮፓ ኃያላን) ሊያስገብሯት ብዙ ጥረዋል። አንዳቸውም አልተሳካላቸውም። ዓለም ላይ በሌላ ሃገር ለረጅም ጊዜ ያልተገዙ አገሮች ቁጥር በጣም ጥቂት ነው። አብዛኞቹ የቅርብ ጊዜ ታሪክ ያላቸው ናቸው። አባቶቻችን ለዚህ ክብር ብዙ ዋጋ ከፍለውበታል። ለሺዎች አመታት እራሳቸውን ለሰማዩ ዓለም ስጥተው በየገደሉና ዱሩ ሌትና ቀን የሚፀልዩላት አባቶችም አሏት።

እዚህች ምስጢር የሆነች አገር ውስጥ መፈጠር ፀጋ ነው። ለሺዎች ዓመታት ሁሉም ነገሮች ቅዱስ ነፉ ለማለት ሳይሆን፤ ከሌሎች መሰል አገሮች በተሻለ መጠንና ጥልቀት አንፀባራቂ ታሪኮች የተመዘገቡባት አገር ነበረች ለማለት ነው።

በተለይ ባለፋት ሃምሳ ዓመታት ያ ሁሉ የኢትዮጵያ ኩራትና ክብር እንደጉም ተነነ። የፈሪሃ እግዚአብሄር፤ የመተዛዘን፤ የመደጋገፍና የይሉኝታ ባህላችን ከሰም። እንደ

ፈርጥ ሲ.ታይ የኖረ ሕዝብ በታሪኩ ተሰዶ የማያውቀው ኩሩ ዜጋ በአራቱም ማዕዘን ነፍሱን ለማዳን ተበተነ። ስምቷቸው እንኳን ወደማያውቀው የተለያዩ የዓለማችን አገሮች ባገኘው አጋጣሚ ሁሉ በእግሩ፤ በመኪና፤ በመርከብ፤ በአውሮፕላን፤ ነፍሱን ለማዳን በአውር ድንበር ተመመ። ስደት ረሃብና ሞት መለያው ሆነ። ትልቁን የጋራ ጠላት ድህነትን እንደመዋጋት ፋንታ፤ በጥቂት የዘር ፖለቲካ ጠማቂዎች ምክንያት እርስ በርስ መጋደሉ ቀጠለ።

አባቶች በጥበብ የሰፉትን ሃገር

የልጅ ልጆቻቸው በተናት በመንደር

እንደምን ልናገር እንዴትስ ልግለጸው

የሰው ዘር መገኛ፤ ሰው መሆን ሲያቅተው!

አለም የሚያውቀን በረሃብተኝነት፤ በጦርነትና በግድያ ከሆነ ይኸው ሃምሳ አመታት አልፈታል። በተለይ በ70ዎቹና 80ዎቹ ዓመታት ወደ ምዕራቡ አለም የተሰደዱ ኢትዮጵያውያን ማንነታቸውን ሲገልጹ የሚገጥማቸው መሳቀቅ ከባድ ነበር። የሚጠየቁት የመጀመሪያ ጥያቄ ስለረሃቡ ነበር። "We are the world" የሚለው በታወቁ ዘፋኞች የተቀነቀነው የመለመኛ ሙዚቃና የረሃብተኞች ምስል በዓለም ዙሪያ በየቤቱ ይታይ ስለነበር ሁሉም ኢትዮጵያውያን የተራቡ የመሰለው ዜጋ የሚያያቸውን ኢትዮጲያውያንን በግርምት ያይ ነበር። አንድ ቀልድ መሳይ ታሪክ ሲነገር አስታውሳለሁ። በኒውዮርክ ታክሲ የሚነዳ አንድ ኢትዮጵያዊ አንድ ጥቁር ባርኔጣ ያደረገ አርቶዶክስ ጁው አሜሪካዊ ይጭናል። ይኸው አሜሪካዊ በሰውነቱ ደንደን ያለውን ታክሲ ነጇ ከየት እንደመጣ ይጠይቀዋል። ከኢትዮጲያ ነው ይለዋል። አሜሪካዊውም "እንዳንተ ያለ የጠገበ ኢትዮጲያዊ አይቼ አላውቅም"

213

ይላል። ኢትዮጵያዊውም እኔም "እንዳንተ ያለ ደደብ ጃው" አይቼ አላውቅም ብሎ አለው ይባል ነበር።

ኢትዮጵያ እንኳንም ዜጎቿን ቀርቶ ብዙ ሀገራትን መመገብ የሚችል የተፈጥሮ ሀብት ያላት አገር ነች። እንዲህ መሆን አልነበረባትም። ችግሩ የንጉሡን ሰርዓት ከማፍረሱ ወይም ለውጥ ከመፈለጉ ላይ አልነበረም። ለውጥ የማይፈልግ ሕዝብ ይሻጣል። ችግሩ አንድ ሥረዓት ሲፈርስ የሚመጣው የተሻለ ነወይ ብሎ የማመዛዘኑ ላይ ነው። ሥርዓት ከማፍረሳችን በፊት ‹‹ለውጡ ምን ሊያመጣ ይችላል? ምን ዓይነት ለውጥ ነው ኢትዮጵያን የሚያስፈልጋት? ለውጡን ዳር የሚያደርስ ዝግጅትና ድርጅት አለን ወይ? ለባስ ጠላት በር ላለመከፈት ምን ማድረግ ያስፈልጋል?›› ብሎ ከመጠየቁና ስምምነት ላይ መድረስ አለመቻላችን ነው ችግራችን። አሁንም የተማርን አይመስልም። ከተካንበት የዜሮ ድምር ፖለቲካም ወርደናል። ሁሌ ውሻ በቀደደው ጅብ እየገባ ችግራችን ከጊዜ ወደጊዜ የበለጠ እየተወሳሰበ ከአንድ ቀውስ ወደ ሌላ ቀውስ እየተሸጋገርን በአሁኑ ጊዜ የኢትዮጵያ ህልውና በሚያሰጋ ሁኔታ ላይ ደርሷል። ሰው በሰው አገር ሰው ሁኖ ተከብሮ በሚኖርበት ወልዶ በሚስምበት ዘመን እንዴት በራሱ አገር መኖር ያቅተዋል? በአሜሪካ ውስጥ ስደተኞች ወይም የስደተኞች ልጆች የሆኑ ግለሰቦች እንደ አፕል ካምፓኒ መስራች ስቲቭ ጆብስ (Steve Jobs)፣ አማዞን ካምፓኒ መስራች ጄፍ ቤዞ (Jeff Bezos) ፣ ጉግል ካምፓኒ መስራች ሰርጄ ብሪን (Sergey Brin) ፣ ቴስላ ካምፓኒ መስራች ኢላን መስከ (Elon Musk) ፣ የንቪዲያ መስራች ጄንሰን ህዋንግ (Jensen Huang) ......) አይነት የትሪሊዮኖች ዶላር ድርጅቶች ቱጃር ባለቤቶች በሆኑበት ዘመን ኢትዮጵያችን ውስጥ ቋንቋን ብቻ እንደማንነት ወስዶ የባዙሃን ሀገር የሆነችውንና

ሰፊ የጋራ ማንነት ያላትን የጥንት ሀገር በሚጋጩ ህልሞች እያናቆሩ ሰላም መንሳት ለማን ይጠቅማል? አንድ ሰው አምስት ቋንቋዎች ቢናገር አምስት ማንነት ሊኖረው ነውን?

የቋንቋ ብዝሃነት በኢትዮጵያ ብቻ ያለ ክስተት አይደለም። እንዳውም ኢትዮጵያ በቋንቋ ብዛት ከአለም 20ኛዎች ውስጥ ናት። ለአብነት ያህል አስር ሚሊዮን ህዝብ ባላት ኔው ጊኒ 840 ቋንቋዎች ሲነገሩ ኢንዶኔዥያኖች 707፤ ናይጄርያ 517፤ ህንድ 447 ቋንቋዎች ይናገራሉ። የጋራ መግባቢያቸው በአብዛኛው የቅኝ ገዢዎቻቸው ቋንቋዎች ናቸው። እንዳቸውም ከቋንቋ ጋር የተሰፉ የመሬት ክልል የላቸውም። የትኛውም ሰው የሚፈልገውን ቋንቋ እየተናገረ የትም መኖር ይችላል። ቋንቋው ሌላ የሆነን ዜጋ ከክልሉ ማስወጣት የሚታሰብ አይደለም። እኛ አገር ግን በቋንቁቸው ምክንያት በሚሊዮኖች ከተወለዱበት አካባቢ ይፈናቀላሉ። ድንበር በማይሻገር የቋንቋ ማንነት ይገዳደላሉ። በዓለማችን ውስጥ በህገመንግስቷ መሬትን ከብሄር ጋር ከላላ የስፉችና ሌላውን ነዋሪ እንደ ሁለተኛ ዜጋ የምታይ ብቸኛ አገር በሰው ዘር መገኛነት የምትኩራራው ኢትዮጵያ ብቻ ናት። በቋንቋ ላይ ብቻ የተመሰረተ የክልል ፌደራሊዝም ከአገሪቷ ህዝብ ዲ ኤን ኤ (DNA) ጋር አብሮ አይሄድም። ሁላችንም ውስጥ ሁሉ አለ።

ህዝባችን ከምንም በላይ ፍትህና ሰላም ናፍቆታል። በተለይ ያለፉት ሃምሳ ዓመታት ታሪካችን የፍትህና ሰላምን ወሳኝነት ከማግኘት ሳይሆን ከማጣት ተምረነዋል። ፍትህና ሰላም የተጓደለበት ሥርዓትም ሆነ አገር ብዙ እድሜ አይኖረውም። ፍትህ ሊኖር የሚችለው ነፃ የሆነ ህብረተሰብ ውስጥ ብቻ ነው። ነፃነት የሚጀምረው

ከግለሰብ ነፃነት ነው፡፡ የግለሰብ ነፃነት በሌለበት አገር የቡድን ነፃነት ሊኖር አይችልም፡፡ ቡድኑ የመሪዎቹ ተገዢ ከመሆን አያልፍም፡፡ በአገራችን በቡድን ነፃነት ስም እየተስፋፋ የመጣው የብሄር አክራሪነት የግለሰቦች ነፃነትን አያከብርም፡፡ እንዲያውም አፍኖ ይይዛል፡፡ አአምሮን እያጠበበ፤ በሌላ ቋንቋ ተናጋሪዎች ላይ ጥላቻን እያሰፋ ሰውን ወደ እንስሳነት በመቀየር ጭፍን ተከታዮችን የመፍጠር አቅም አለው፡፡ ከጠባቡ የቡድን ፍላጎት ውጪ የጋራ ሀልውናን የማያይ ትውልድ በመፍጠር የአገርና የሕብረተሰብ ቀውስ ይፈጥራል፡፡

የማናችንም ትውልድ ወደኋላ በረጅሙ ቢቆጠር አሁን የምንነጋገረውን ቋንቋ ቀደምት አባቶቻችን ይናገሩት ነበር ማለት አይደለም፡፡ ሁላችንም ቅልቅል ነን፡፡ በታሪክ አጋጣሚ አንድ ቋንቋ ከሌላው የበላይነትን ይዞ ይቀጥላል፡፡ የሮማ መንግሥት አብዛኛውን አውሮፓ፤ እስያና ሰሜን አፍሪካን ከ753 ዓመተ ዓለም ጀምሮ ለአንድ ሺህ ዓመታት ገዝቷል፡፡ ነገር ግን ቋንቋቸው የዓለም ቋንቋ አልሆነም፡፡ በአሁኑ ጊዜ ከሰባ ሚሊዮን ያልበለጠ ሕዝብ ያላት ያንዲት ቁራጭ ደሴት አገር (እንግሊዝ) ቋንቋ በቅኝ ግዛት ታሪኳ ሳቢያ፤ የዓለም ቋንቋ እየሆነ ነው፡፡ የዓለም ሕዝብ በዚህ ምክንያት ጦር አልሰበቀም፡፡

አንድ ነጥብ ሁለት ቢሊዮን ሕዝብ ያላት ቻይና እንግሊዘኛ ለመማር በቢሊዮኖች ዶላር የሚቆጥር በየዓመቱ ታወጣለች፡፡ እንግሊዘች ግን የቻይናዎችን ቋንቋ ለመማር ሲጋጋጡ አይታዩም፡፡ ቋንቋ የመግባቢያ መሳሪያ ከመሆን ያለፈ የቁጥር መገለጫም አይደለም፡፡ የተለያዩ ቋንቋ ተናጋሪዎች የሚግባቡበት ቋንቋ ነው የጋራ ቋንቋ የሚሆነው፡፡ የዓለም ኢኮኖሚ እየተዋሃደ ሲለሆነ፤ የጋራው ቋንቋ እያደገ ሲሄድ የራስ ቋንቋ እየደከመ ይሄዳል፡፡ ምናልባትም ከዘሬ መቶዎች ዓመታት በኋላ

ዓለም በሙሉ የሚናገረው ቋንቋ እንግሊዘኛ ሊሆን ይችላል። የዚህን ሂደት ማቆም ለማንም አይቻለውም።

ከሁለት ወላጆች የሚፈጠር አንድ ሰው አራት አያቶች፤ ስምንት ቅድመ አያቶች፤ አስራ ስድስት ቅማያቶች....መቶ ሃያ ስምንት ምንጆላቶች በስምንት ትውልድ (በአማካይ 200 ዓመት) ውስጥ ብቻ ይኖረዋል። ከዚህ ዕውነታ ተንስተን ZC ሳይቆጥር ለሺህዎች ዓመታት ሲጋባ ለኖረ የብዙ ብሄረሰቦች አገር ማንኛችን ነን እኔ "ንፁህ" የዚህ ZC ነኝ ብሎ ተዓሚነት የሚኖረው? አሁን ባለው የኢትዮጵያ ሕገመንግስት አካሄድ መሰረት፤ ቅይጦች ክልል ይሰጠን ብለው አደባባይ ቢወጡ ስንት የዕውነት ሰው ይሆን እቤቱ የሚቀC?

የባህል አንድነት ባብዛኛው አካባቢያዊ ነው። ቋንቋ ብቻውን ደግሞ አንድነትን እንደማይፈጥር ሶማሊያን ማየት በቂ ነው። ችግሩ ከቋንቋው አይደለም። ችግሩ ቋንቋን የሥልጣን መወጣጫ መሳሪያ ከማድረጉ ላይ ነው። የድሮ ትርከት አኣምራችንን ይዞት በእጃችን ያለ የወደፊት ህልውናችንን ማጣት ትልቅ ሞኝነት ነው።

ኢትዮጵያዊነት አንደ ጥበብ የተሸመነ ማንነት ነው። ማናችንም ከማንችን አንበልጥም ፤ አናንስም። ከኢትዮጵያዊነት ጋር ግብግብ መግጠም ለብዙ ሺህ ዓመታት ከተገነባ ማንነት ጋር መላተም ስለሚሆን፤ ለጊዜያዊ ድንክ ለሆነ አላማ መሟሟት ካልሆነ በስተቀር ዘላቂነት ሊኖረው አይችልም። ከተለያዩ ብሄረሰቦች ለኢትዮጵያ አንድነትና ነፃነት ሲጋደሉ ያለፉት አባቶቻችን አጥንትም ይወቅሰናል።

ይሄ በደንብ እስኪገባን ድረስ የውስጥ ችግሮቻችን ይቀጥላሉ። የውስጥ ችግሮች እስከቀጠሉ ድረስ ደግሞ አጋጣሚውን ለመጠቀም የሚራራጡ ብዙ የውጭ ኃይሎች ይኖራሉ። ሰላም እናጣለን። ስደትና ረሃብም እንደዚሁ ይቀጥላል። በሩቁ የሚያስብና ብልጥ ሕዝብ ጠላቶቹ በወረወሩበት ድንጋይ ግንቡን ይሰራል። ታንኩን ወደ ትራክተር ይቀይራል። ያለመታከት አገሩን ከአደጋ ያድናል። በሃገርና በወገን ተስፋ አይቆረጥም። ይህንን አሳዛኝ ታሪክ ለመቀየር ሁሉም ኢትዮጵያዊ ጥሩ ጥሩ ባህሉንና ቋንቋውን ጠብቆ በየትኛውም የኢትዮጵያ ምድር የመኖርና የመማር መብቱ ተጠብቆና ተቻችሎ፣ ሳይገፋፋ የሚኖርባትን ነፃ አገር ለመገንባት ሁላችንም እንተባበር እላለሁ።

ኢትዮጵያዬ!

ምንም ብትከሳ ምንም ብትጠቁርም

ባገርና በልጅ ተስፋ አይቆረጥም

ሁልጊዜ መከራ - ሁልጊዜ ለቅሶ ነው

ሰው ተወልዶ እስኪያረጅ - መጃጃል ምንድነው?

እንደፈለገ ያርግሽ የፈጠረሽ ጌታ

ላልጨጨምር ላልቀንስ ምንድነው ኡኡታ

ብዬ ተገዝቼ ስምሽን ላላነሳ

አዲስ እሆናለሁ ተኝቼ ስነሳ!

እግዚአብሔር ኢትዮጵያንና ህዝቡን ይጠብቅልን!